தாயின் விரல் நுனி

ராசி அழகப்பன்

எழுத்து என்பது பயணம்
அதன் திசை உண்மை

பேஜஸ் பப்ளிகேஷன்

தாயின் விரல் நுனி
(கட்டுரைகள்)
ராசி அழகப்பன் (எ) சி.அழகப்பன் ©

முதல் பதிப்பு: அக்டோபர் 2024
பக்கங்கள்: 208
விலை: 300

வெளியீடு: பேஜஸ் பப்ளிகேஷன்
7,20வது குறுக்குத் தெரு, கிராம நெடுஞ்சாலை,
சோழிங்கநல்லூர், சென்னை-600119
செல்: 9176804412

தட்டச்சு: கதிர்
வடிவமைப்பு: ந.ரமேஷ்குமார்
அட்டை வடிவமைப்பு: ஜீவன் பிரபு
அச்சு: Asx pod, சென்னை - 600005

Thaayin Viral Nuni
(Essays)
Rasi Azhagappan @ C. Azhagappan ©

First Edition: October - 2024
Pages: 208
Price: 300

Published by : Pages Publication
7, 20th Cross Street, Village Highway
Sholinganallore, Chennai - 600119.
Mobile: 9176804412
Email: rasiazhagappan@yahoo.com

Typeset: Kathir
Layout : N.Ramesh Kumar
Cover Design : Jeevan Prabhu
Printed at : Asx pod, Chennai - 600005

ISBN : 978-81-974763-7-2

காணிக்கை

வார்த்தைச் சித்தர்
வலம்புரிஜான்

உள்ளே...

- 'தாய்' திறந்து வைத்த கதவு — 21
- வேடந்தாங்கலை நோக்கி ஒரு பறவை — 28
- வீரிய எழுத்தும் வந்த வினையும் — 36
- பல பத்திரிகையாளர்களை உருவாக்கிய 'தாய்' — 41
- தாய் அலுவலகம் எழுதத்துடிக்கும் இளைஞர்களின் வேடந்தாங்கல் — 52
- தாய் வாசகர்களை தமிழாகப் போற்றிய வலம்புரி ஜான் — 67
- இனி வருவது எல்லாம் நல்ல காலம்தான் — 78
- எல்லை தாண்டிய ராஜாளிப் பறவை — 89
- எத்தக் காலமும் மறக்க முடியாத சினிமா அனுபவம் — 99
- பாட்டுப் பாரதியும் அடல்ஸ் ஒன்லி கி.ரா.வும் — 113
- பாலுமகேந்திரா - மகளிர் கல்லூரி - கருத்து மோதல் — 123
- ஈரோடு தமிழன்பன் கிரிக்கெட்டும் கே. அறிவுமதியின் சிறுகதையும் — 136
- படைப்பாளர்களுக்கு தாய் அளித்த அங்கீகாரம் — 149
- வலம்புரி வழியில் விசாலப் பார்வை — 160

- வலம்புரி ஜான் வாழ்க்கை குறிப்பு - 165
- நக்கீரன் கோபால் வாழ்க்கை குறிப்பு - 173
- பழநிபாரதி வாழ்க்கை குறிப்பு - 177
- சூர்யகாந்தன் வாழ்க்கை குறிப்பு - 181
- தாய் பிரபு வாழ்க்கை குறிப்பு - 187
- ஓவியர் கங்கன் வாழ்க்கை குறிப்பு - 189
- குடந்தை கீதப்பிரியன் வாழ்க்கை குறிப்பு - 189
- சுரதா கல்லாடன் வாழ்க்கை குறிப்பு - 190
- வேதாரண்யம் ஜெய்மோகன் வாழ்க்கை குறிப்பு - 191
- தராசு ஷ்யாம் வாழ்க்கை குறிப்பு - 192
- பாபநாசம் குறள்பித்தன் வாழ்க்கை குறிப்பு - 193
- நாகை தர்மன் வாழ்க்கை குறிப்பு - 194
- பொன் ஜெயந்தன் வாழ்க்கை குறிப்பு - 195
- ராபின் டேனியல் வாழ்க்கை குறிப்பு - 196
- ராசி அழகப்பன் வாழ்க்கை குறிப்பு - 197

வாழ்த்துரை

கவிஞர் முத்துலிங்கம்
திரைப்படப் பாடலாசிரியர்
மேனாள் சட்ட மேலவை உறுப்பினர்
மேனாள் அரசவைக் கவிஞர்

"தாயின் விரல் நுனி" என்ற தலைப்பில் திரைப்பட இயக்குநரும், கவிஞரும், எழுத்தாளருமான ராசி அழகப்பன் அற்புதமான நூல் ஒன்றைப் படைத்துள்ளார்.

தாய் பத்திரிகையில் அவர் சேர்ந்தது முதல் அந்தப் பத்திரிகை வளர்ச்சிக்கு அவர் எடுத்துக் கொண்ட முயற்சி, அதற்கு வலம்புரி ஜான் கொடுத்த ஒத்துழைப்பு, எழுத்து வேந்தர்களும், திரைக்கலைஞர்களும் "தாய்க்கு" துணைபுரிந்த நிகழ்ச்சிகள் அனைத்தையும் விறுவிறுப்புக் குறையாமல் எழுதி ஒரு நாவலைப் படித்து மகிழ்ந்த உற்சாகத்தைத் தன் எழுத்துக்களில் காட்டி நம்மை இரசிக்க வைத்திருக்கிறார் ராசி அழகப்பன்.

வலம்புரி ஜான் பல கவிஞர்களை, எழுத்தாளர்களை, தாய் பத்திரிகை மூலம் அறிமுகப்படுத்தி வளர்த்து விட்டவர் என்பது பலரும் அறிந்த செய்தி. மறைந்த கவிஞர் இளந்தேவன் தாய் பத்திரிகையில் எழுதியதைப்

பார்த்து அவர் ஆற்றலை உணர்ந்த காரணத்தால்தான், புரட்சித்தலைவி ஜெயலலிதா அம்மா தன் உதவியாளராக இளந்தேவனை வைத்துக்கொண்டார் என்பது சிலருக்குத் தெரியும். பலருக்குத் தெரியாது. அதையெல்லாம் ராசி அழகப்பன் இதில் குறிப்பிட்டிருக்கிறார்.

நான் 'முரசொலி' பத்திரிகையில் பணியாற்றிய போது, 1967ஆம் ஆண்டு 'கல்கி' பத்திரிகையில் என் கவிதையுடன் என் பேட்டி வெளிவந்திருந்தது. அதைப் பார்த்த வலம்புரி ஜான் நம்மைப் போல் கிராமப் புறத்தில் இருந்து வந்த ஒருவர், கல்கி பத்திரிகையில் பேட்டி அளிக்கக்கூடிய அளவு வளர்ந்திருக்கிறாரே, அவரைப் பார்க்க வேண்டும் என்று என்னைப் பார்க்க முரசொலி அலுவலகம் வந்தார். அந்த நாள் எனக்கும் அவருக்குமான முதல் சந்திப்பு.

'தாய்' பத்திரிகையில் இன்னொரு முக்கியமான பகுதி 'நம்புங்கள் நாராயணன்' என்பது. திராவிட இயக்கத்தைச் சேர்ந்த பத்திரிகைகளில் சோதிடத்திற்கு முக்கியத்துவம் கொடுத்த ஒரே பத்திரிகை அன்றைக்குத் 'தாய்'தான். அதில் நாராயணன் என்பவர் எண்கணித சோதிடங்களை எழுதிக்கொண்டிருந்தார். எண்கணிதம் மட்டுமல்ல, ஒவ்வொரு ராசிக்காரர்களுக்கு ஒவ்வொரு வாரத்திற்கு என்னென்ன பலன்கள் என்றும் எழுதிக் கொண்டிருந்தார்.

இவர் இராமநாதபுரத்தைச் சேர்ந்தவர். மத்திய அரசுப் பணியில் இருந்தவர். இவருடைய தந்தையார் இரா.கிருஷ்ண ஐயர். இராமநாதபுரத்தில் ஒரு பள்ளியில் கணித ஆசிரியராக இருந்தவர். நமது குடியரசுத் தலைவராக இருந்த அப்துல்கலாம் அவரிடம் மாணாக்கராகப் பயின்றவர். அப்துல் கலாம் தன்னுடைய நூல் ஒன்றில் இவரது எண்கணித சோதிட அறிவைப் பற்றிக் கூறிப் பாராட்டியிருக்கிறார் என்பது ராசி அழகப்பன் எழுதியதைப் படித்த பிறகுதான், என்னைப் போன்றவர்களுக்குத் தெரியவந்தது.

எண்கணிதம் என்பதும், சோதிடம் என்பதும் அறிவியல் கலைதான். அதில் ஒன்றும் ஐயமில்லை. பிறந்த நேரம், காலம் சரியாக இருக்குமானால், சோதிடர் சொல்வது பலிக்கும். இல்லையென்றால் பலிக்காது. என்னுடைய வாழ்க்கையில் சோதிடர்கள் சொன்னது பலித்திருக்கிறது.

நான் சட்டமன்ற மேலவை உறுப்பினராக இருந்த போது, திரைப்பட வசனகர்த்தா ஆர்.கே.சண்முகம் ஒரு மலையாள சோதிடரிடம் என்னை அழைத்துச் சென்றார். அவரிடத்தில் என் ஜாதகத்தைக் காட்டச் சொன்னார். அப்படி சொல்லிவிட்டு இவர் இப்போது எம்.எல்.சி.யாக இருக்கிறார் என்றும் குறிப்பிட்டார்.

என் ஜாதகத்தைப் பார்த்த அவர், எத்தனை ஆண்டுகளாக இந்தப் பதவியில் இருக்கிறீர்கள் என்று கேட்டார். இரண்டு வருடம் 4 மாதம் ஆகிறது. எம்.எல்.ஏ.க்கள் பதவி ஐந்து ஆண்டுகள். எம்.எல்.சி. பதவி ஆறு ஆண்டுகள் என்றேன். அவர் சிரித்துக் கொண்டே இன்னும் கொஞ்சம் காலம்தான் இந்தப் பதவியில் இருப்பீர்கள் என்றார்.

உடனே, ஆர்.கே.சண்முகம் பதறியபடி என்ன இப்படிச் சொல்கிறீர்கள்? இவர் ஆயுள் எப்படி இருக்கிறது? என்று கேட்டார். ஆயுளுக்குக்கெல்லாம் ஒன்றும் குறைவில்லை. நீண்டகாலம் வாழ்வார். ஆனால், அந்தப் பதவியில் தொடர்ந்து இருக்க மாட்டார் என்றார். எங்களுக்குத் தூக்கிவாரிப் போட்டதுபோல் இருந்தது. அவர் சொன்னதுபோல் சில மாதங்களில் மேலவையை எம்.ஜி.ஆர். கலைத்துவிட்டார். அதன் பிறகுதான் சோதிடத்தில் எனக்கு நம்பிக்கை வந்தது.

அதுபோல், என் மகள் மோகனவல்லி ஜாதகத்தை, கவிஞர் நெல்லை ஜெயந்தா வீட்டில், தஞ்சாவூரைச் சேர்ந்த சோதிடர் ஒருவரிடம் காட்டினேன். நெல்லை ஜெயந்தா தான் அவர்

சோதிடக் கலையில் வல்லவர். நன்றாகப் பார்ப்பார் என்று அவர்தான் மகள் ஜாதகத்துடன் வரச்சொன்னார். அந்தச் சோதிடர் ஜாதகத்தைப் பார்த்துவிட்டு இந்தச் ஜாதகத்துக்குரியவர் அரசு அலுவலகத்தில் பணியாற்றக்கூடிய அம்சங்கள் பொருந்தியவராக இருக்கிறார். அரசாங்க அலுவலகத்தில் பொறுப்பான அதிகாரியாகப் பணியாற்றப் போகிறார். இது நிச்சயம் நடக்கும் என்றார்.

எனக்கு நம்பிக்கையில்லை. ஏனென்றால், அதற்கான எந்த முயற்சியும் நான் எடுக்கவில்லை. என் மகள் எம்.எஸ்.சி. பட்டதாரி அவ்வளவுதான் என்றேன். இரண்டாண்டுகளில் நான் சொன்னது நடக்கும் என்றார்.

அவர் சொன்னதுபோல் ஜெயலலிதா அம்மா ஆட்சி காலத்தில் அவர் செய்தித் தொடர்பாளராக நியமிக்கப்பட்டார். அதற்கு வைகைச்செல்வனும் ஒரு காரணம். அதன் பிறகு எனக்குச் சோதிடத்தில் அழுத்தமான நம்பிக்கை ஏற்பட்டது.

அதன் பின் ராசி அழகப்பன் குறிப்பிட்ட அதே நம்புங்கள் நாராயணனை நானும் வசனகர்த்தா ஆரூர்தாசும் சந்திக்கக்கூடிய சூழ்நிலை ஏற்பட்டது. அப்போது பத்துக்குள் ஒரு எண்ணை மனதில் எண்ணிக் கொள்ளுங்கள் என்று ஆரூர்தாசிடம் நாராயணன் சொன்னார். நீங்கள் நினைத்த எண் ஆறுதானே என்றார். ஆம் என்றார் ஆரூர்தாஸ். உடனே என்னைப் பார்த்து நீங்களும் ஒரு எண்ணை மனதில் நினைத்துக் கொள்ளுங்கள். அவர் என்ன சொல்கிறார் என்று பார்ப்போம் என்றார் ஆரூர்தாஸ். இல்லை.. வேண்டாம் அவர் மனச்சலனம் உடையவர் என்று மறுத்து விட்டார்.

'தாய்' பத்திரிகைதான் அவரை விளம்பரப் படுத்தியது. இதுவல்ல முக்கியம். தாய் பத்திரிகையில் நாராயணன் எழுதுவதற்கு முன் 'அலைஓசை'

பத்திரிகையில் 1980ஆம் ஆண்டு பிப்ரவரி 7ஆம் தேதியன்று, எம்.ஜி.ஆர். ஆட்சி கவிழும் என்று கணித்து எழுதியிருந்தார். அதுபோல் எம்.ஜி.ஆர். ஆட்சி கலைக்கப்பட்டது.

இதைப் பார்த்து வியப்படைந்த எம்.ஜி.ஆர்., நாராயணனைத் தோட்டத்திற்கு அழைத்து எப்படி நீங்கள் முன்கூட்டியே கணித்தீர்கள் என்று கேட்டாராம்.

அதற்கு நாராயணன், எண்கணித சோதிடத்தை மிகவும் ஆய்வு செய்து இன்று இந்தக் காரணத்தினால் ஆட்சி கவிழும் என்று கணித்து எழுதினேன் என்றாராம். இதை ராசி அழகப்பன் எழுதிய பிறகுதான் எனக்கு மீண்டும் நினைவுக்கு வந்தது.

அதற்குப் பிறகுதான் 'தாய்' வார இதழில் 'நம்புங்கள் நாராயணன்' என்ற தலைப்பில் வலம்புரி ஜான் அவரை எழுத வைத்தார். சோதிடம் தனை இகழ் என்றுதான் சொல்லியிருக்கிறார். எல்லாச் சோதிடர்கள் சொல்வதும் பலிப்பதில்லை. அதையும் நாம் மனதில் கொள்ள வேண்டும்.

ஜெயலலிதாவை அ.தி.மு.க. கொள்கை பரப்புச் செயலாளராக எம்.ஜி.ஆர். அறிவிப்பதற்கு முன்னே அதற்காக அவரைத் தயாரிக்க வலம்புரி ஜானிடம் தான் எம்.ஜி.ஆர். பொறுப்பைக் கொடுத்தார் என்பது இன்றைக்கு இருக்கும் அ.தி.மு.க. தலைவர்கள் பலருக்குத் தெரியாது.

நான் சட்டமன்ற மேலவை உறுப்பினராக ஆவதற்கு ஒரு மாதத்திற்கு முன்பு தான் ஜெயலலிதாவை நாடாளுமன்ற மாநிலங்களவை உறுப்பினராக எம்.ஜி.ஆர். ஆக்கினார். நான் மேலவை உறுப்பினராக ஆனபோது, எனக்கு வந்த முதல் வாழ்த்துத் தந்தியே ஜெயலலிதா அவர்களிடம் இருந்துதான் வந்தது. இது நடந்தது 1984 ஏப்ரல்.

'தாய்' வார இதழ்தான், நடிகர், நடிகையர், இயக்குநர்களை மக்கள் முன் கொண்டு சென்று நேரிடையாக அவர்களுக்கும், மக்களுக்கும் ஒரு நெருக்கத்தை ஏற்படுத்தியது. அதையெல்லாம் விரிவாகவும், வியப்பாகவும் ராசி அழகப்பன் இதில் எழுதியிருக்கிறார். நீங்களெல்லாம் படித்து இரசிக்க வேண்டும் என்பதற்காகப் பலவற்றை இதில் நான் குறிப்பிடவில்லை. ராசி அழகப்பன் எங்கள் குடும்ப நண்பர்.

ஒருமுறை என் தலைமையில் நடந்த கவியரங்கத்தில் 'ராசி அழகப்பா உன் கவிதையை வாசி அழகப்பா' என்று அவரை அறிமுகப்படுத்தியது, இன்னும் என் மனக்கண்ணில் நிற்கிறது. அந்தக் கவியரங்கத்தில் பார்வையாளராகக் கவிஞர் வைரமுத்து வந்திருந்தார். அவரை மேடைக்கு அழைத்து, மேடையில் நான் அமர வைத்ததுகூட இன்னும் என் நினைவில் நிழலாடுகிறது. ராசி அழகப்பன், கமலகாசன் நடித்த பல படங்களில் உதவி இயக்குநராக இருந்தவர் என்றும் கமல காசனுடைய ஆலோசகர்களில் அவரும் ஒருவர் என்பதும் கலைத்துறையைச் சேர்ந்த அனைவருக்கும் தெரியும். நான் 'விருமாண்டி' படத்திற்கு பாடல்கள் எழுதும்போது, நேரிடையாகவே அதைப் பார்த்தும் இருக்கிறேன். சுருக்கமாகச் சொன்னால் 'தாயின் விரல்நுனி' என்ற இந்தப் புத்தகம் இலக்கியத்துறை, கலைத்துறை பற்றிய பல வரலாறுகளை நமக்கு உணர்த்துகிறது. வாழ்க ராசி அழகப்பன்.

கவிஞர் முத்துலிங்கம்
18/9, ஸ்டேட் பேங்க் காலனி முதல் தெரு,
(சாலிக்கிராமம்), விருகம்பாக்கம்,
சென்னை-600092

அணிந்துரை

ப. இளம்பரிதி
எழுத்தாளர்
பதிப்பாளர்
பரிதி பதிப்பகம்

"எந்தப் புற்றில் எந்த பாம்போ என்று பார்க்காமல் எந்தப் பூவில் எவ்வளவு தேனோ என்று பாருங்கள்" என்கிறார் கவிப்பேரரசு வைரமுத்து.

கவிஞர், இயக்குனர் ராசி அழகப்பன் அவர்கள் இதில் இரண்டாவது வகையைச் சேர்ந்தவர்.

'புல்வெளிப்பாதை' என்ற கவிதைத் தொகுப்பின் வழியாக என் வாசக மனதுக்குள் நுழைந்தவர்.

இன்றுவரை அன்பின் ஈரத்துடன் பசுமையாய் எனக்குள் நிறைந்திருக்கிறார்.

கவிஞர், பேச்சாளர், பத்திரிகையாளர், திரைப்பட இயக்குனர், எழுத்தாளர் என்று கலை இலக்கியப் பரப்பின் பலதுறைகளில் தன் ஆளுமையை செலுத்தி வந்தாலும் பத்திரிகையாளர் என்ற அடையாளத்தை அதன் கம்பீரத்தை எந்த நிலையிலும் விட்டுத் தராதவராக இருப்பவர்.

'நட்சத்திரங்களுடன் ஒரு வண்ணத்துப்பூச்சி'
'சந்திப்பில் கிடைத்த சிகரங்கள்'

என்ற இரண்டு நூல்களும் ராசி அழகப்பன் என்கிற பத்திரிகையாளரை மிக அடர்த்தியுடன் அடையாளப்படுத்துகிறது.

'ராசி அழகப்பன் கவிதைகள்' நூலுக்கு தமிழ் வளர்ச்சித் துறையில் சிறந்த கவிதை நூலுக்கான விருதையும், 'வண்ணத்துப்பூச்சி' என்ற திரைப்படத் துக்காக தமிழக அரசின் சிறந்த திரைப் படத்துக்கான விருதையும் பெற்றிருப்பினும் எந்த விதமான உயர்ந்த அங்கீகாரத்தையும் தந்துவிடாத இந்த பத்திரிகையாளர் என்ற அடையாளத்தையே விருதைப் போல அணிந்திருக்கிறார்.

அந்த இரண்டு நூல்களின் வரிசையில் மூன்றாவது நூலாக 'தாயின் விரல் நுனி'யினை உங்கள் கைகள் பற்றியிருக்கிறது.

நினைவுகளை எழுதுபவர்கள் இறந்த காலத்தை நிகழ்காலத்தில் விதைப்பவர்களாக இருக்கிறார்கள். அப்படி விதைப்பவர்களில் ராசி அழகப்பன் ஒருவர் என்பதை விட இந்த நிலத்துக்குத் தேவையான விதைகளை மட்டும் விதைக்கும் நல்லுழவனாக இருக்கிறார்என்பதே அவரது சிறப்பு.

வலம்புரிஜான் என்கிற மாபெரும் ஆளுமையின் கீழ் தாய் இதழில் ஒரு உதவி ஆசிரியராக நுழைந்தது முதல் தமிழ் பத்திரிகை உலகில் அந்த இதழின் பங்களிப்பு என்னவாக இருந்தது?

அந்த இதழின் வெற்றிக்குப் பின்னால் யாரெல்லாம் இருந்தார்கள்? என்று ஒவ்வொரு கட்டுரையினூடாக தாய் இதழின் வரலாறை வாட்சாப் காலத்து வாய்மொழி வரலாற்றாளர்கள் முன் ஆவணப்படுத்தித் தந்துள்ளார்.

பசித்தவன் முகத்தை பார்த்த மாத்திரத்தில் அறிந்து பணம் தந்து சாப்பிட்டு விட்டு வாங்க என்றனுப்பிய தாய்மையுள்ளம் கொண்ட ஆசிரியர் வலம்புரிஜானிடம்

கூட மன்னிப்பு கேட்க முடியாது என்று கூறும் தன்மானம் மிக்க அல்லது செய்த செயல் மீது கொண்டுள்ள நம்பிக்கையின் பொருட்டு சுய கௌரவத்துடன் இருந்த உதவி ஆசிரியராக ராசி அழகப்பன் இந்த நூலில் இருக்கிறார்.

அதே சமயம் அதே இதழில் லேஅவுட் ஆர்ட்டிஸ்டாக இருந்த நக்கீரன் கோபால் அவர்களுக்காக ஆசிரியர் மன்னிப்பு கேட்கிறார்.

காலம் என்ன மாதிரியான மாயவித்தைகளை இதழியல் துறையில் நிகழ்த்திக் காட்டி இருக்கிறது என்பதை இந்த நூலின் ஒரு கட்டுரையில் அறிந்து கொள்ளலாம்.

மேனாள் முதல்வர் ஜெயலலிதா அவர்கள் பெயருக்கு முன் செல்வி என்று போடாமல் விட்டமைக்காக அந்த தொடரை எழுதிய ஜெயலலிதா அவர்கள் தொலை பேசியில் கோபத்துடன் கோபால் அவர்களிடம் பேசுகிறார். லே அவுட் ஆர்ட்டிஸ்ட் கோபால் மன்னிப்பு கேட்கிறார். அப்போது வலம்புரிஜான் அவர்கள் இதழின் ஆசிரியர். காலம் மாறுகிறது. லே.அவுட் ஆர்ட்டிஸ்ட் கோபால் அவர்கள் நக்கீரன் இதழின் ஆசிரியராக இருக்கிறார்.

அந்த நக்கீரன் இதழில் 'இங்கேயும் ஒரு ஹிட்லர்' என்று வலம்புரிஜான் தொடர் எழுதுகிறார்.

ஆசிரியர், வெளியீட்டாளர், பத்திரிகையாளர், எழுத்தாளர், ஓவியர், லேஅவுட் ஆர்ட்டிஸ்ட் என்பதெல்லாம் ஒரு அடையாளப் பெயர்தான்.

அடிப்படையில் பத்திரிகை, இதழ் என்ற களத்தில் நாங்கள் ஒவ்வொருவரும் ஒரு சொல்லாக இருந்தோம் அல்லது ஒரு எழுத்தாக இருந்தோம் என்பதையே இந்த நூலின் எல்லா பக்கங்களிலும் பதியனிட்டிருக்கிறார்.

அவரது நினைவாற்றலுக்கு என் வணக்கம். எழுத்துக்கு என் நன்றி.

அன்புடன்
ப. இளம்பரிதி

என்னுரை

சொல் என்பது வாழ்வின் பயணம். வெற்றுச் சொல் என்று என்னிடம் எப்போதும் சொற்கள் வரிசை கட்டி நிற்பதில்லை.

காலத்தின் சுவடுகளாக மாறும் சொற்கள் மட்டும் உயிரோட்டத்துடன் எழுத்துலகில் பயணிக்கும் என்று உறுதியாக நம்புபவன் நான்.

ஒரு கிராமத்தில் துவங்கி, நகரம் நோக்கி பசியைப் போக்க எல்லா திசைகளிலும் ஓடியவன். ஆனாலும் எவர் உணவையும் நான் தட்டிப் பறித்ததில்லை.

எனது சுயமரியாதையே என்னை நகர்த்தியும், உயர்த்தியும் உள்ளது. நீட்டிய கரங்களை கைகுலுக்கிச் சேர்த்து நடை பழகியவன்.

ஒவ்வொரு காலத்தில் ஒவ்வொருவர் உடன் உழைக்கச் சேர்ந்தபோது என்மேல் அதன் நிழலும், எதிர்விளைவும் ஏற்பட்டது இயல்பானதே.

கடுமையான சூழலில் ஏதோ ஒன்றைப் பற்றிக்கொண்டு நடக்க வேண்டும் எனும் எண்ணத்தில் நானிருந்தபோது வணக்கத்திற்குரிய நண்பன் அல்போன்ஸ் ராஜா மூலம் கவிஞர் முத்துலிங்கம் அன்பு கிடைத்தது.

அவரின் உந்துதலில் 'தாய்' வார இதழில் சென்று இணைந்து ஐந்தாண்டு காலம் உதவி ஆசிரியராக பணி செய்தேன்.

எந்நாளும் மறக்கவியலாத மாமனிதர். அற்புத குணங்கள் நிறைந்த தமிழ்நதி வார்த்தைச் சித்தர் வலம்புரிஜான், எனது கோபமான குணத்தை ஏற்று என்னை உயர்த்திய ஞானச்சூரியன்.

'அந்தத் 'தாய்' எனும் வார இதழில்தான் எத்தனை தொடர்புகள். எத்தனை அனுபவங்கள்.

புரட்சித்தலைவர் எம்.ஜி.ஆர். சந்திப்பு, சைதை துரைசாமி, ஜெகத்ரட்சகன், ஆர்.எம்.வீ, கே.ஏ.கிருஷ்ணசாமி, ஜெயக்குமார் என துவங்கி – இலக்கியவாதிகள், சமூக மேம்பாட்டாளர்கள், திரை யுலக ஆளுமைகள், மக்களின் பல்வேறு முகங்கள் என நீண்டது தொடர்பு.

பத்திரிகை உலகைத் தொடும்முன் எனக்கு அதில் நாட்டம் வரக் காரணம், முதன்முதலில் வேட்டவலம் அரசு உயர்நிலைப் பள்ளியில் படிக்கும்போது உவமைக் கவிஞர் சுரதா அவர்களின் மூலம் கிடைத்த கவிதைக்கான பரிசு. அப்போது என்னை ஊக்கு வித்தவர் K.H. என அன்போடு அழைக்கப்படும் அரிகிருட்டினன் ஆசிரியர்.

அதன் பின் மாநிலக் கல்லூரியில் பயிலும்போது மாநில அளவில் நடந்த கவிதைப் போட்டியில் முத்தமிழறிஞர் கலைஞர் மு.கருணாநிதி அவர்களிடம் பரிசு பெற்றது.

இது போதாதா – எழுத்துலகம் தன்பக்கம் இழுத்துக் கொள்ள...

இதற்கு முன் (ஐக்கப்) ICUF எனும் அமைப்பு மூலம் நடந்த மாணவர் பத்திரிகை 'தேன்மழை'யில் துணை ஆசிரியராக பணியாற்றியது. அதன் பின் ஒரு மாதகாலம் ஆர்.ஈ.சந்திரசேகர் அறிமுகத்தில் தினமலர் நாளிதழில் செய்தி சேகரிப்பாளராக பணியாற்றியது.

இப்படி கையெழுத்துப் பத்திரிகையில் துவங்கி மெல்ல மெல்ல சொற்கள் என்னை தன் பக்கம் இழுத்து இன்று வரை வாழ்வை நவீனப்படுத்திக் கொண்டிருக்கிறது.

எழுத்தும் எண்ணமும் நமக்கான விழுமியங்கள், விதைகள். விவேகச் சுவாசங்கள்.

இது என் ஆழ்ந்த கருத்து. இந்நூலுக்கு வாழ்த்துரை வழங்கிய மேனாள் தமிழக அரசின் அரசவைக் கவிஞர் போற்றுதலுக்குரிய முத்துலிங்கம் அவர்களுக்கு மிக்க நன்றி.

அனைத்திற்கும் மேலாக என்னை இந்த நூல் எழுதக் காரணமாகவும், எழுத்தாளர் மணா அவர்களிடம் பரிந்துரைத்தும், ஊக்கப்படுத்தும் வாழ்வியல் தோழர் இளம்பரிதி அவர்களுக்கு நெஞ்சார்ந்த நன்றி.

'தாய்' வாழ்வை 'தாய்' இணைய இதழில் எழுத ஊக்கமளித்த மேன்மைமிகு நண்பர், எழுத்தாளர், ஆசிரியர், பத்திரிகையாளர் மணா அவர்களுக்கும் தாய் இணைய இதழ் நிறுவனர் முனைவர் குமார் இராஜேந்திரன் அவர்களுக்கும் நன்றி.

என்னோடு எப்போதும் உறவாடி, நெறிப்படுத்தும் துணைவியார் தமிழாசிரியர் ப.சண்பகவடிவு அவர்களுக்கும் மகன் ராஜாவுக்கும், நூலை நெறிப் படுத்திய மோகன்ராஜ் அவர்களுக்கும் நன்றிகள் பல.

நூலை அழகுறச் செய்த வடிவமைப்பாளர் – ரமேஷ்குமாருக்கும், முகப்பு ஓவியம் வரைந்த நண்பர் துணை இயக்குனர் ஜீவன் பிரபு அவர்களுக்கும் நன்றி.

இதை வாசிக்கும்போது – உங்களின் மனதில் படியும் உணர்வுகள் அக்காலத்தின் படிமங்களே! படிமங்கள் – உங்கள் பயணத்திற்கு வலிமை சேர்க்கும் என்று நம்புகிறேன்.

- ராசி அழகப்பன்

'தாய்' திறந்து வைத்த கதவு

மணிமுடிகர்த்தாக்களைச் சார்ந்து வாழ்ந்த தமிழை பாரதியார் தட்டிப் பறித்து மக்களின் உணர்வுகளுக்காக்கியது போல் பெரு முதலாளிகளின் கடின நாற்காலியின் வழியாக உலகைப் பார்த்த பத்திரிகையாளர் மத்தியில், எளிய மக்களின் வியர்வைகளை நோக்கிப் பயணப்பட்ட ஒரு புயல் என்று சொன்னால் அது 'தாய்' வார இதழ் தான்.

எண்பதுகளின் துவக்கத்தில் அனேகமாய் ஒரு விஜயதசமியன்று புரட்சித்தலைவரின் முன்னிலையில் தமிழ்ச் சித்தர் கிருபானந்த வாரியார் வெளியிட்டார்.

எல்லோரும் இது எங்கே வளரப் போகிறது என்று நமட்டுச் சிரிப்பு சிரித்தவர்கள் அதிகம்.

ஏனெனில் பாராளுமன்ற உறுப்பினராகவும், சிறந்த மேடைப் பேச்சாளராகவும் மட்டுமே அறிந்திருந்த வலம்புரிஜான் ஆசிரியர் என்பதுதான்.

வார்த்தைகளை வண்ணமயமாக்கி, நட்சத்திர விளையாட்டு சொற்களில் ஆடுபவர் என்று தப்புக் கணக்கு போட்டது தான்.

அதற்குக் காரணம் இல்லாமல் இல்லை. ஒருபுறம் குமுதம், ஆனந்தவிகடன், இன்னொருபுறம் இதயம் பேசுகிறது, சாவி, குங்குமம், வேறு ஒருபுறம் ராணி, கல்கி, கல்கண்டு இப்படி இலட்சக்கணக்கான வாசகர் பரப்பை தன் பக்கம் இழுத்து வைத்துக் கொண்டிருந்த வேளையில் புரட்சித்தலைவர் அனுபவமற்ற வலம்புரிஜான் அவர்களை வைத்து வார இதழ் துவங்கினால் மேலே சொன்னதுபோல் எதிர்வினை ஆற்ற மாட்டார்களா என்ன?

இன்னொரு சம்பவம் 'தாய்' துவங்குவதற்கு முன் நடந்தது.

'தாய்' நடத்தலாம் என்றதும் ஒரு மூத்த குழு முன்னின்று நடத்த ஒன்றுகூடியது உண்மைதான். முன்னாள் அமைச்சர் ப.உ.ச, ராஜா முகமது. மூத்த எழுத்தாளர் நாகை தருமன், மணிமொழி, கஸ்தூரிரங்கன் ஆகியோர் கூடி துவங்க எத்தனிக்க காலம் வலம்புரிஜானை எம்.ஜி.ஆருக்கு முன்மொழிந்தது. எம்.ஜி.ஆர் அவரை அழைத்தார், பேசினார், நிறைவு அடைந்தார்.

தாய் வார இதழ்-ஆசிரியர் வலம்புரிஜான்

பிறகென்ன? முன்குழுபனிபோல் விலகி வலம்புரிஜான் ஆசிரியராகக் கொண்டு 'தாய்' இதழ் வெளிவரத் துவங்கியது.

முதல் அட்டைப்படம் புரட்சித்தலைவர் பெரிதும் மதித்து வணங்கும் மூகாம்பிகை,

திராவிடப் பாரம்பரியத்திலிருந்து துவங்குகிற இதழ் இப்படியா வரவேண்டும் என்கிற சர்ச்சை எழுந்தது.

எந்தப் பதட்டமும் இல்லாமல் சந்தனத் தமிழின் ஈர வாசனையோடு துள்ளும் சொற்களால் சுவைபட வெளிவந்து பலரையும் புருவம் உயர்த்த வைத்தது.

நெல்சன் மாணிக்கம் சாலையில் 'அண்ணா' நாளிதழும், 'தாய்' வார இதழும் இணைந்து வெளிவந்த அந்தக் கட்டிடத்தை நோக்கி பலர் வந்தார்கள்.

வரத் துவங்கிய பின் வியாக்யானம் பேசியவர்கள் உற்று நோக்கத் தலைப்பட்டனர்.

கவித்துவமான சொற்கள் சுமந்து வரும் கட்டுரைகள் குறிப்பாக வலம்புரி ஜான் அவர்களின் தலைப்பைப் பார்த்து வாங்கும் வாசகர்களாக மாறியது தான் ஆச்சரியம்.

வலம்புரி ஜான் நடத்தும் தாயின் உள்ளடக்கம் பொதுவாக இளைஞர்கள், கலைஞர்கள் பக்கம் திரும்பியது.

அந்தக் காலத்தில் மரபுசார் சிந்தனைகளில் இருந்தவர்கள் புதிய எண்ண வீச்சாக வெளிவரும் இளைஞர்களுக்கு வழிவிடாமல் இருந்தார்கள்.

அந்தக் கதவை 'தாய்' திறந்து வைத்தது. பிரபல எழுத்தாளர்கள் எழுதத் தயங்கிய நிலையில் புது எழுத்தாளர்களை இருகரம் கொண்டு தூக்கிக் கொண்டாட 'தாய்' வழிவகுத்தது.

நகைச்சுவையில் துவங்கி அதைப் படமாக வரையும் ஓவியர் வரை புதிய அணுகுமுறை தான்.

ஆனது ஆகட்டும் புதிய விளைச்சல் நிலமாக இருக்கட்டும்எனவலம்புரிஜான்முடிவுசெய்துநடத்தியது தான் வெற்றிக்கு வழி வகுத்தது.

தாய் அலுவலகம் தாண்டித்தான் 'சாவி' வார இதழ். அதனருகே அப்போது இளைஞர்களின் திசை நோக்கித் துவங்கிய மாலனின் 'திசைகள்' அலுவலகம் (அன்று அருணா ஓட்டல், இன்று ஸ்கைவாக் மால்).

'தாய்' வார இதழின் சின்னம் அனைவர் நெஞ்சையும் வருடும் வண்ணம் அமைந்தது. ஒரு தாய் ஒரு குழந்தையைப் பாதுகாப்பாக அரவணைத்துக் கொண்டிருப்பது போன்ற சின்னம்.

இது புரட்சித்தலைவரின் அன்னையின் மேல் வைத்துள்ள பாசத்தை பறைசாற்றுவது போல் இருந்தது.

இதில் ஒரு விசேடம் உண்டு. எல்லாப் பத்திரிகை களும் திங்கள், செவ்வாய் என்று வரிசையாக வெளிவரும் நாளை தன்னகப்படுத்தி வைத்திருந்தது.

முழி பிதுங்குவது போல் புதுப் பத்திரிகைகள் இருந்த நிலைதான். தாய் எதற்கும் கவலைப்படாமல் ஞாயிறு இரவு ஏஜென்ட் கைகளில் கிடைக்கும் விதமாக சேர்த்தது. அதற்கு முன் ஒன்றைச் சொல்ல வேண்டும்.

இப்போது பத்திரிகைகள் பல வண்ணங்களில் சில மணி நேரங்களில் அச்சிட்டு அனுப்பும் நிலை. அப்போது அப்படி இல்லை. டைப்ரைட்டிங் அடித்து வெளிவரும் நிலையும் இல்லை. கம்போசிங் தான்

அது என்ன கம்போசிங்?

வார்த்தைகளில் உள்ள ஒவ்வொரு எழுத்தும் மெட்டலில் தனியாக உருக்கி வடித்திருப்பர்.

அதை ஒவ்வொரு எழுத்தாய் எடுத்து பக்கத்து பக்கத்தில் வைத்து, சில சொற்களை ஒன்றிணைத்து கையால் அடுக்கி, பத்தி பத்தியாகக் கட்டி, அதை மையால் தடவி எடுத்து பக்கமாக்கி அதை நகல் எடுத்து அதை ஒருவர் பிழை திருத்தித்தர மீண்டும் அதை வேறு

எழுத்து மாற்றி அடுக்கி லேஅவுட் (ஓவியர்) செய்து ஒரு அட்டையில் ஒட்டி தலைப்புகளை கையால் எழுதி அந்தக் கட்டுரை மேல் ஒட்டி, படங்கள் வந்தால் அதை கிராபிக்சில் எடுத்து சுருக்கி வைக்க என்று கட்டம் போட்டு ஒரு பக்கத்தை லேஅவுட் செய்து அனுப்புவோம்.

பிறகு ஸ்கேன் நெகடிவ் பாசிடிவ் ஆக்கி அதை மெட்டல் பிளேட்டில் எடுத்து இதன் பிறகுதான் அதை அச்சிடும் இயந்திரத்தில் பொருத்தி அச்சடிக்கத் துவங்குவது வழக்கம்.

அப்போது அப்படி செய்து தருபவர்கள் இராயப்பேட்டை, திருவல்லிக்கேணி பகுதியில் இருப்பர்.

என்ன தலை சுற்றுகிறதா?

ஆமாம். அந்தக் காலம் அப்படி!

இப்போது அப்படியில்லை. எழுதுவது கூட இல்லை.

கூகுளில் அதான் செல்பேசியில் மெதுவாகப் பேசினால் அதுவே சொற்களை அடுக்குகிறது. பிழை திருத்துவதும் சுலபம்.

இருந்த இடத்தில் இருந்தே வாட்ஸ்அப் (புலனம்) அல்லது மெயிலில் (மின்னஞ்சல்) அனுப்பினால் போதும். ஓரிரு மணி நேரத்தில் புத்தக வடிவுக்கு வரலாம். அன்று அப்படியில்லை. சுழன்று பணியாற்ற வேண்டும்.

வண்ணம் சேர்த்து உள் பக்கங்கள் வர வேண்டு மென்றால் ஒவ்வொரு வண்ணத்துக்கும் ஒரு பிளேட் அதாவது அச்சடிப்பது, நல்ல வேளை கொஞ்ச நாள் கழித்து பல வண்ண அச்சடிப்பு வந்து சேர்ந்தது.

'தாய்' இடம் ஒரு பழக்கம் இருந்தது.

அது வலம்புரியார் பழக்கம் என்று சொல்லலாம்.

பத்திரிகை ஆசிரியர் அவர் தான். எவரிடமும் அனுமதியோ அனுசரணையோ பெறத் தேவையில்லை.

ஆனால் வலம்புரி சங்கு போன்று 'சுட்டாலும் வெண்மை தரும்' என்பது போல் அச்சிட்ட முதல் இதழை வியாழன் மாலை அல்லது இரவு புரட்சித் தலைவர் பார்வைக்கு அனுப்புவதுண்டு.

'அது ஏன், வேண்டாமென்று' புரட்சித்தலைவர் சொன்ன பிறகும் "தாய்" முதல் பார்வை எப்போதும் தங்களுக்கானதே என்று வாஞ்சையான சொற்களால் புரட்சித்தலைவரின் அகம் மலரச் செய்தார்.

அடுத்து, தான் மதிக்கும் ஆர்.எம்.வீ., பொன்னையன், கே.ஏ.கிருஷ்ணசாமி, ஜெ.ஜெயலலிதா அவர்களுக்கு அனுப்புவதை கடமையாகக் கொண்டார்.

இதில் தனிச்சிறப்பாக அப்பு எப்போதும் வந்து பார்த்துக் கொள்வார்.

யார் அந்த அப்பு?

அவர்தான் புரட்சித்தலைவரின் வளர்ப்பு மகன். அன்பானவர், மென்மைப் பேச்சில் மேன்மை வயப்பட்டவர்.

இப்படியாக தமிழ் கூறும் நல்லுலகில் 'தாய்' தனக்கான தனி இடத்தை, இலக்கியச் சொற்களால் விரிந்து பரவி ஆக்கிரமிக்கத் துவங்கியது என்று சொல்லலாம்.

புகழ் பெற்ற எழுத்தாளர்கள் 'நாய்' பத்திரிகைக்கு எழுதத் தயங்கினர்.

அட சொல்வதற்கென்ன?

எழுதக் கூடாது என்கிற மறைமுகக் கட்டளை உலவியது என்று கூட சொல்லலாம்.

எல்லோரும் அட்டையில் வண்ணப்படங்களில் நடிகைகளைப் போட்டுக் கொண்டிருந்தபோது அது

ஜானகி, எம்.ஜி.ஆருடன் வளர்ப்பு மகன் ரவீந்தரன்

போன்ற படங்கள் தாய் இதழ் தருவதை எவரும் விரும்பவில்லை.

பல புகைப்படக் கலைஞர்கள் முன்னணி இதழ்களுக்கு பிரபலங்களின் புகைப்படம் அளித்து மீதியை தாய்க்கு தர முனைந்தனர்.

வலம்புரி ஜான் எப்போதும் அதை நம்பவில்லை. அட்டை வண்ணமயமாக்க முடிவு செய்து வழுவழுப்பான தாளில் (ஆர்ட் பேப்பரில்) அச்சிட முடிவு செய்தார்.

அதில் வந்து இணைந்தவர்கள் தான் ஷ்யாமும் (தராசு), ராபினும். இந்த இருவரும் மிக அழகாக நேர்த்தியாக அட்டைப்படம் கொண்டுவந்து 'தாய்'க்கு அழகு சேர்த்தனர்.

ஷ்யாம் அப்போது ஸ்பிக் (spic) நிறுவனத்தில் உயர்ந்த பதவி வகித்தார் என்பது நினைவு. நாவலர் நெடுஞ் செழியன் அவர்களுக்கு உறவினர்.

அதுவல்ல செய்தி திறன்மிக்க, வலிமையான புரட்சித்தலைவரின் அன்பைப் பெற்றவர்.

நாளாக ஆக தாய் மற்றவர்களைத் திரும்பிப் பார்க்கச் செய்தது.

எப்படி அது தெரியும்?

அட அதில் நான் துணை ஆசிரியர் ஆயிற்றே. அப்படியா? "சொல்லுங்க நிறைய?" என்கிறீர்களா? சொல்ல நிறைய இருக்கிறது.

ராசி அழகப்பன் ♦ 27

வேடந்தாங்கலை நோக்கி ஒரு பறவை

வேடந்தாங்கலை நோக்கி வந்த பறவையென்று ஏன் சொல்கிறேன்? ஒருவனுக்கு திறமையும் தகுதியும் இருந்துவிட்டால் போதாது. தெளிந்த நம்பிக்கை இருந்து விட்டால் கூட போதாது. அதற்கேற்ற தருணம் வரவேண்டும்.

அப்படி ஒரு தருணம் தான் எனக்குக் கிடைத்தது. அந்த அற்புதமான தருணத்தை ஏற்படுத்திக் கொடுத்தது என்னுடைய நண்பன் அல்போன்ஸ் ராஜா. அவன் யார்? எப்படி சந்திப்பு நிகழ்ந்தது என்றால் அதுவே ஆச்சரியமான விஷயம்.

நான் மாநிலக் கல்லூரியில் தமிழ் இலக்கியம் பயின்று கொண்டிருக்கிறேன். அவன் நந்தனம் கலைக் கல்லூரியில் படித்துக் கொண்டு இருக்கிறான். சந்திப்பு ஒரு போராட்டம் தான். மாணவப் பருவத்தில் போராட்டத்திற்கு சொல்லியா தர வேண்டும். அப்படி ஒரு நிகழ்வு தான் வாழ்க்கையில் நட்பாக மாறிவிட்டது. அவன் இசைஞானி இளையராஜாவின் உறவினன். அவரது அண்ணன் துரைசாமி ஆர்மோனியம்,

கித்தார் சொல்லித் தரும் ஆசிரியராக இருந்தார். தேனாம்பேட்டை எல்டாம்ஸ் ரோட்டில் அவர்களின் வீடு மாடியில் இருந்தது. கங்கை அமரன் அவர்களும் அவருடைய தாயாரும் அந்த ஓலை வேய்ந்த வீட்டிற்கு வந்து உணவு சாப்பிட்டு விட்டுச் சென்றதை நான் கண்கூடாகப் பார்த்திருக்கிறேன்.

நண்பன் ராஜாவுக்கு கவிஞர் முத்துலிங்கம் குடும்பம் பழக்கம் உண்டு. தினமும் காலையில் வீட்டுக்குத் தேவையான காய்கறிகளை வாங்கிக் கொடுத்து விட்டு அம்மாவிடம் பேசிவிட்டு உணவு அருந்தி விட்டுச் செல்வது அவனுக்கு பழக்கம். அவனோடு நானும் சேர்ந்து கொண்டேன்.

ஒரு நாள் கவிஞர் முத்துலிங்கம் ஒரு திரைப்படத்திற்கு பாடல் எழுதி முடித்துவிட்டு எங்கள் இருவரையும் அழைத்து என்ன செய்து கொண்டிருக்கிறீர்கள் என்று கேட்டார்." சும்மாதான் என்று சொன்னோம். அவர் கோபமடைந்தார்.

அரசவைக் கவிஞர் முத்துலிங்கத்துடன் ராசி அழகப்பன்

என்னைப் பார்த்து "நீ என்ன செய்து கொண்டிருக்கிறாய்" என்றார். நானும் சும்மா என்று சொல்லாமல் 'நாங்கள் சமூகத்தைப் பற்றி சிந்தித்துக் கொண்டிருக்கிறோம்' என்று சொன்னேன். சிரித்து விட்டார். பிறகு சிறிது நேரம் கழித்து என்ன மாதிரி சிந்தனை? என்று கேட்டார் சொல்லத் தெரியவில்லை.

சொல்லத் தெரியவில்லை என்பது கூட இல்லை. சொல்லக்கூடாது என்று நான் மனதில் முடிவெடுத்துக் கொண்டேன். ஏனென்றால் ஏற்ற இறக்கமுள்ள இந்த சமுதாயத்தை மாற்றுவதற்கு என்ன வழி என்று தெரியவில்லை? ஏன் மேடு பள்ளமாக பொருளாதார நிலையில் இந்த நாடு இருக்கிறது?

சாதி வித்தியாசங்களோடு ஏன் இருக்கிறது? இதையெல்லாம் மாற்ற முடியாதா? என்ற கம்யூனிச சிந்தனையில் நான் இருந்து கொண்டிருந்தேன். இதை அவரோடு விவாதிப்பதற்கு சரியான தருணம் இது இல்லை என்பதனால் நான் அப்படிச் சொன்னேன்.

முத்துலிங்கம் அவர்கள் என்னை மேலும் கீழும் பார்த்து யோசித்து "தமிழ் தானே படித்துக் கொண்டிருக்கிறாய்?" என்றார். 'ஆமாம்' என்றேன். "சரி எம்ஜிஆர் உடைய பத்திரிகை 'தாய்' என்று ஒன்று இருக்கிறது. நெல்சன் மாணிக்கம் சாலை. நீ உடனே அங்கு சென்று வலம்புரி ஜானைப் பார்" என்று சொல்லிவிட்டு அகன்று விட்டார். நான் நண்பன் ராஜாவுடன் சென்று "இதெல்லாம் நமக்கு சரிப்பட்டு வராது" என்று பேசிக்கொண்டே ஒரு வாரம் கடத்திவிட்டேன்.

அந்த காலகட்டங்களில் தேனாம்பேட்டை சிக்னல் அருகிலும், பாண்டிபஜார் சாலையில் நடந்து கொண்டும், இன்னும் சொல்லப் போனால் பனகல் பார்க்கில் விடிய விடிய பேசி நாங்கள் காலத்தை கழித்ததும் உண்டு. அப்பொழுது மிகவும் மகிழ்வாக அது இருந்தது.

ஒரு வாரம் சென்றபின் திடீரென்று வழிமறித்து முத்துலிங்கம் அவர்கள் 'போனாயா' என்று கேட்டார். நான் பேசாமல் இருந்ததும் "ஓஹோ எதையும் சொல்வதைக் கேட்க மாட்டீர்களா" என்று சொல்லிவிட்டு நகர்ந்து விட்டார்.

வேறு வழியில்லாமல் நண்பன் ராஜா "போடா" என்று சொன்னான். கையில் பணம் இல்லை. இருந்தாலும் எல்டாம்ஸ் சாலையில் இருந்து நெல்சன் மாணிக்கம் சாலை வரை நடந்து சென்றடைந்தேன்.

'தாய்' வார இதழ் ஒரு அற்புதமான இடம் என்பதை பார்த்ததும் புரிந்தது. ஆனாலும் எரிச்சல்.

காரணம் அப்பொழுது நான் செல்கிறபோது ஒரு 12 மணிக்கு மேலாக இருக்கும். பசி அதிகமாக கூடிக் கொண்டிருந்தது. நான் காவலாளியிடம் சென்றேன். என் பெயரைச் சொல்லி ஆசிரியரிடம் போய் சொல்லுங்கள் என்று சொன்னேன். அவர் போய் சொல்லிவிட்டு இருங்கள் என்று சொல்லி பேசாமல் இருந்து விட்டார். கிட்டத்தட்ட முக்கால் மணி நேரம் கடந்தது. எனக்கு கோபமாகிவிட்டது. இனிமேல் அழைத்தாலும் போகக்கூடாது என்று முடிவெடுத்த நிலையில் நான் திரும்பிக் கொண்டிருந்தேன்.

அப்போதுதான் வாருங்கள் என்ற உத்தரவு வந்திருக்கும் போலே. காவலாளி வேகமாக ஓடி வந்து "சார் என்ன சார் இப்படி கோபப்பட்டு போயிட்டே இருக்கீங்க. உங்களை ஆசிரியர் கூப்பிட்டு வரச் சொன்னாரு சார்" என்று சொன்னதும் வேண்டா வெறுப்பாக நான் அலுவலகத்திற்குச் சென்று நுழைந்து ஆசிரியர் முன் நின்றேன்.

உள்ளே போய் நின்ற என்னை கவனிக்காமல் ஆசிரியர் ஏதோ எழுதிக் கொண்டிருந்தார். கிட்டத்தட்ட ஒரு ஐந்து நிமிடம் அப்படிச் சென்றிருக்கும்.

பிறகு அவர் நிமிர்ந்து பார்த்து "சொல்லுங்கள்" என்று கேட்டார்.

ஆசிரியர் வலம்புரி ஜானுடன் ராசி அழகப்பன்

"வேண்டுமென்றே நான் ஒன்றும் இல்லை" என்றேன்.

"என்னது ஒன்றும் இல்லையா? வேலைக்காக வந்துள்ளாய். சரிதானே? உனக்கு என்ன தெரியும்" என்றார்.

"எனக்கு ஒன்றும் தெரியாது" என்றேன்.

"தெரியாது என்றால் எப்படி வேலைக்கு சேர்ப்பது?" என்று கேட்டார்.

காத்திருக்க வைத்தது. பசி வந்து நின்றதும் கண்டுகொள்ளாமல் இருந்தது. இது எல்லாம் மனதுக்குள் உள்ளே போய் ஒரு சுற்று சுற்றி வந்து இங்கே வேலை செய்யக்கூடாது என்ற மன நிலையை எனக்கு உணர்த்தியது. அதனால் நான் மறுத்து பேசினேன்.

"உலகத்தில் பிறந்த எல்லோரும் வேலை கற்றுக் கொண்டா பிறக்கிறார்கள்? பிறக்கும்போது இரண்டு கைகளோடு தான் பிறக்கிறார்கள். பிறகு தானே எல்லோரும் கற்றுக் கொள்கிறார்கள். சந்தர்ப்பம் தந்தால் கற்றுக் கொள்ளலாம்" என்று சொன்னேன்.

அவர் உற்றுப் பார்த்தார். என்ன குரல் கம்மி இருக்கிறது சாப்பிடவில்லையா என்று கேட்டார்.

'ஆமாம்' என்றேன்.

உடனே பக்கத்தில் இருந்த மணியை அடித்து பணியாளர் குமாரிடம் "இவரை அழைத்துக் கொண்டு போய் அருகில் சாப்பிட வைத்து திருப்பி பத்திரமாக அழைத்து வா" என்று சொன்னார்.

குமார் சைக்கிளை ஓட்ட நான் பின்னால் அமர்ந்து கொண்டு போய் சாப்பிட்டுவிட்டு திரும்பி வந்தேன். இப்பொழுது கோபம் கொஞ்சம் குறைந்து இருந்தது. அவருடைய நேசம் புரியவும் துவங்கியது. பிறகு அவர் கேட்டார் "சொல்லுங்கள் இப்போது என்ன செய்யப் போகிறீர்கள்?" அப்பொழுது எனக்கு ஒன்று தோன்றியது. "100 ரூபாய் கொடுங்கள். நான் எப்படி பத்திரிகை நடக்கிறது. எப்படி இருக்க வேண்டும்" என்று சொல்கிறேன்" என்றேன்.

அவர் உடனே சஸ்பென்ஸ்ஸில் 100 ரூபாய் பணம் வாங்கித் தந்து அனுப்பினார்.

"ஓடிவிடக்கூடாது மறுபடியும் வரவேண்டும்" என்று கட்டளையிட்டார்.

அந்தப் பணத்தை வாங்கிக் கொண்டு போய் வீட்டில் எல்லா வார, மாத பத்திரிகைகளை வாங்கி அலசி ஆராய்ந்து ஒரு பட்டியலைத் தயாரித்தேன்.

எப்படி ?

நகரங்கள் சார்ந்து வரும் செய்திகள், கிராமங்கள் சார்ந்து வரும் செய்திகள், நட்சத்திரங்களைப் பற்றிய பேட்டிகள், சுவாரஸ்யமான செய்திகள், பெண்களைப் பற்றிய செய்திகள், துணுக்குகள், அரசியல் பார்வைகள், கேலி கிண்டல்கள், அரசியல் சம்பந்தமான செய்திகள், எத்தனை பக்க விளம்பரங்கள், என்றெல்லாம் பட்டியல் போட்டு கடைசியில் ஒரு முடிவுக்கு வந்தேன்.

இது நகரங்களின் உணர்வுகளையும், நட்சத்திர மனிதர்களின் ஆசைகளையும் மட்டுமே பிரசுரித்து கிராமத்து வாசகர்களின் பணத்தை களவு செய்கின்றன!" என்று எழுதி முடித்தேன்.

ஒரு ஆய்வு அறிக்கையைப் போல் நான் தயார் செய்து கொண்டு போய் அவரிடம் நீட்டினேன்.

அவர் பார்த்துவிட்டு உடனே மறுபடியும் பெல்லை அடித்தார் "குமார் அந்த காலியாக இருக்கும் சேரில் உட்கார வை. இவர் இன்றிலிருந்து துணை ஆசிரியர்'' என்றார்.

அங்குதான் பிரச்சனை ஆரம்பித்தது. எனக்கும் மூத்த பத்திரிகையாளர்களாக இருந்தார்கள் அல்லவா அவர்களுக்கும். என்னை ஒரு மாதிரியாகப் பார்த்தனர். என்னை வேறு மாதிரியாக நடத்தவும் துணிந்தனர். அந்த சமயத்தில் எனக்கு முன்னால் பணியாற்றியவர்கள் ஏதோ அதிருப்தியில் இருந்தார்கள். ஓவியர் கங்கன், கல்யாண் குமார், கஸ்தூரி ரங்கன், ரகுநாத் போன்றவர்கள் இருந்தார்கள். நான் சென்ற சில காலத்திலேயே கல்யாண்குமாரும், கங்கன் அவர்களும் விலகி விட்டார்கள். ஏனென்று தெரியவில்லை.

அந்த காலகட்டத்தில் நட்பாக இருந்தது ஆசிரியர் வலம்புரி ஜான் மட்டுமே. வலம்புரி ஜான் என்னை தனியாக அழைத்து "நீ எது வேண்டுமானாலும் எழுது, எதைப் பற்றியும் கவலைப்படாதே!'' என்று அவர் உற்சாகம் தந்தது. தான் என்னை என் போக்கில் எழுத வைத்து கிராமத்து உணர்வைஇழந்துவிடாமல் பார்த்துக் கொண்டார்.

அல்போன்ஸ் ராஜா

நாங்கள் இருக்கும் அலுவலகத்திற்கு முன்பாக ஒரு தெருவில் ஜேப்பியார் அவர்கள் ஒரு பத்திரிகை நடத்திக் கொண்டிருந்தார். அந்த பத்திரிகையில் பாவரசு பாரதி சுகுமாரன் அவர்கள் துணை ஆசிரியராகவும் எழுதிக் கொண்டிருந்தார். தாயில் கவிதையும், கட்டுரைகளும் எழுத அவருக்கு வாய்ப்பு கிடைத்தது என்பது இப்பொழுதும் நினைவில் வருகிறது.

துவக்கத்தில் நான் கவிதை நடையில் எழுத ஆரம்பித்தாலும் பின்பு பத்திரிகை சார்ந்த புதிய எழுத்துக்களை எழுத கற்றுக் கொண்டேன். 'அலசல்' என்ற ஒரு பகுதியில் நான் எழுதத் துவங்கியது எல்லோரையும் கவர்ந்தது. கையெழுத்து பத்திரிகை அறிமுகம், விமர்சனங்கள் என்று நான் எழுதியதும் அப்பொழுதுதான்.

அவ்வப்பொழுது நான் கவிதையும், சிறுகதையும் எழுதித் தர வலம்புரி ஜான் அவர்கள் உடனடியாக வெளியிட்டு ஆதரவு தந்தார். இவ்வாறாக தாய் வார இதழில் சேர்ந்த அனுபவத்தின் வழியாகபல நிகழ்வுகளும் சந்திப்புகளும் நிகழ்ந்தது என்பதை சொல்லவும் வேண்டுமோ.

பொன் ஜெயந்தனுடன் புகைப்பட கலைஞர் ஜெய்மோகன்

ராசி அழகப்பன் ♦ 35

வீரிய எழுத்தும் வந்த வினையும்

நெல்சன் மாணிக்கம் சாலையை கடந்து போகிற போதெல்லாம் எனக்கு நினைவு வருவது தாய் வார இதழ் பணியாற்றிய இடம் தான். தாய் வார இதழ், அண்ணா நாளிதழ் ஒரே கட்டிடத்தின் கீழ் இயங்கி வந்தது. முன்பகுதியில் ஆசிரியருடைய அறைகள், பிற்பகுதியில் அச்சிடுகிற இயந்திரங்கள் இருந்தன.

ஒரு நாளைக்கு குறைந்தது பத்து புது படைப்பாளர்கள், புதுக்கவிஞர்கள் அல்லது இளம் ஓவியர்கள் என்று தாயைத் தேடி வருவது வழக்கம். ஏனென்றால் அவர்களை எல்லாம் புறக்கணிக்காமல் அழைத்து அவர்களுக்கு வேண்டிய உதவிகளைச் செய்வது வலம்புரிஜான் எம்.பி. அவர்களின் வழக்கம். அது போலவே நாங்களும் அந்த எண்ணத்தோடு செயல்பட்டுக் கொண்டு இருந்தோம்.

ஆனால் அந்த அலுவலகம் இப்போது எப்படி இருக்கிறது என்று சொன்னால் ஒரு பழமுதிர்ச்சோலை என்ற கடையாக மாறி விட்டது. பழங்கள் எல்லாம் குவித்து வைத்து விரும்பி வாங்குபவர்கள் வாங்கிச் செல்கிற ஒரு பழக்கடையாக மாறிவிட்டது. சரி எதுவாக இருந்தாலும் மற்றவர்களுக்கு பயன்படுகிறதே என்று

நினைத்துக்கொண்டு நான் இப்போதெல்லாம் கடந்து விடுகிறேன்.

நான் எப்படி வேலைக்குச் சேர்ந்தேன் என்பதை நீங்கள் அறிவீர்கள். நான் தாயில் இணைந்த பிற்பாடு என்னை பிழைத்திருத்தம் செய்யும் வேலைக்கு என்னை நிர்பந்தித்தார் எனக்கு மேலாக மூத்த துணை ஆசிரியர் பொன் ஜெயந்தன். நான் கடுமையாக கோபம் கொண்டு முடியாது என்று முற்றிலும் மறுத்துவிட்டேன்.

“பிழை திருத்துவது தான் என் வேலை என்றால் இந்த வேலை எனக்கு வேண்டாம். எழுத்துப் பிழை திருத்த வரவில்லை. நான் மனிதர்களின் சமூகப் பிழையை திருத்துவதற்காக வந்திருக்கிறேன்.” இப்படி அடுக்கு மொழியில் கோபமாகப் பேசி விட்டேன். இப்படி உச்சஸ்தாயில் நான் பேசியது ஆசிரியர் வலம்புரிஜான் காதுக்கு எட்டியது. அழைத்தார். “அவர் சொல்வது சரிதானே அவர் என்ன விரும்புகிறாரோ அந்தப் பணியை செய்ய விடுங்கள். அவரிடம் ஒரு அக்கினிக் கோபம் இருக்கிறது. அது நம் பத்திரிகைக்கு பயன்படும் “என்று சொல்லி பொன் ஜெயந்தனை அனுப்பிவிட்டார். ‘கொடுத்த வேலையை செய். இல்லை என்றால் போய்விடு’ என்று சொல்ல எவ்வளவு நேரம் பிடித்திருக்கும்? ஆனால் அப்படிச் செய்யவில்லை ஆசிரியர் வலம்புரிஜான்.

அன்று முதல் இன்று வரை சொற்களின் பிழையை திருத்து என்றாலே எனக்கு ஒரு எரிச்சலும் அலுப்பும் வந்து விடுகிறது. மொழிசார்ந்த வல்லுநர்கள் இப்படிச் சொல்வதை தவறாகக் கூடக் கருதலாம். மொழி சிதையாமல் காக்கப்பட வேண்டும் என்பதில் எனக்கு கருத்துவேறுபாடில்லை. ஆனால் அதைவிட படைப்பின் பாடு பொருள் பொதிந்த சொற்கள் முக்கியம் .

மொழி சார்ந்த வல்லுனர்கள் முதலில் சந்திப்பிழை, ஒற்றுப்பிழை என்று அதிகமாக கவனம் செலுத்துவது உண்டு. அது ஒன்றும் தவறு இல்லை. அது சரியானது

தான். ஆனால் எனக்கு அது இன்றுவரை பிடிபடாமல் இருக்கிறது. அதனால் அப்படியே இருந்து விடுகிறேன்.

பெரும்பாலும் பத்திரிகைகளில் கவிதைகள், சிறுகதைகள், கட்டுரைகள் எழுதி இதை பத்திரிகையில் பிரசுரம் ஆகுமா என்று கேட்பதற்காக படைப்பாளர்கள் வருவதுண்டு. அவர்களை பத்திரிகை அலுவலகம் வாசலில் நிற்க வைத்து, யார் உனக்கு என்ன வேண்டும்?, கட்டுரையா, கவிதையா என்று கேட்டு வாசலில் நிற்கும் வாட்ச்மேனே என்னிடம் கொடுத்து விடுங்கள் என்று அந்த படைப்பாளனை உள்ளே அனுமதிக்காமல் வெளியே அனுப்பி விடுவது வழக்கம். அதுபோன்ற சம்பவங்கள் மிகப் பிரபலமான வார இதழ்களில் நடக்கும். எனக்கே நடந்திருக்கிறது. அந்த வலியை சுமந்து கொண்ட நான் அது போன்ற இடங்களுக்குப் பிறகு செல்வதில்லை.

இன்று வரையிலும் அப்படித்தான் பத்திரிகை உலகம் பெரும்பாலும் நடந்து கொள்கின்றன.

ஆனால் வலம்புரிஜான் ஆசிரியர் அப்படி ஒரு நிகழ்ச்சியை ஒருநாளும் எவரையும் நடத்தியது இல்லை. அதேபோல் நாங்கள் நடந்து கொண்டதுமில்லை. புகழ் வாய்ந்த படைப்பாளர்களையும், நட்சத்திரங்களையும் சேர்த்து வைத்து பிரசுரித்து வளர்வதை விட, எளிய மக்களுடைய எண்ணங்களைத் தாங்கி வருவது தான் தாய் மகிழ்ச்சி கொள்ளும் என்று ஆசிரியர் அடிக்கடி சொல்லியிருக்கிறார். அதன்படி தான் நாங்களும் நடந்து கொண்டிருக்கிறோம்.

அலுவலகத்திற்கு வருகிற புதிய படைப்பாளர்களை நாங்கள் வெளியே வந்து சந்தித்து பேசுவது உண்டு. அவருடைய படைப்பை நாங்கள் பிரசுரிப்பது உண்டு.

ஓரிரு ஆண்டுகளுக்கு முன் பெரியார் திடலில் எழுச்சித் தமிழர் தொல் திருமாவளவன் அவர்களின் பிறந்த நாள் நிகழ்வு நடந்தது. அந்த கவியரங்க நிகழ்வை திரைப்பாடல் ஆசிரியர் நண்பர் பழனிபாரதி அவர்கள்

தலைமைதாங்கிநடத்தினார்.நானும்அதில்கலந்துகொண்டு திருமா அவர்களைப் பற்றி கவிதை வாசித்தேன். உடன் யுகபாரதி, தென்றல், இளையகம்பன் ஆகியோர் கலந்து கொண்டனர். அந்த விழா மேடையில் அமர்வதற்கு முன் திருமாவோடு அமர்ந்து நான் பேசிக் கொண்டிருந்தபோது" ராசி உங்களுக்கு நினைவிருக்கிறதா" என்றார்.

நான் ஒன்றும் புரியாமல் 'என்ன?' என்று கேட்டேன். "நான் உங்களை தாய் வார இதழில் சந்திக்க ஒரு நோட்டு உடன் வந்தேன் "என்றார். ஒன்றும் புரியாமல் விழித்தேன். "ஆமாம் அப்போது நான் கவிதைகளில் நேசம் கொண்டவனாக இருந்தேன். ஒரு நோட்டில் கவிதைகள் எழுதிக் கொண்டுவந்து தாயில் பிரசுரிக்க உங்களை அணுகினேன். நீங்கள் வெளியே வந்தீர்கள். கவிதைகளைக் காட்டினேன். கவிதை நன்றாக இருக்கிறது பிரசுரிக்கிறோம். நிச்சயம் வெளிவரும் என்று சொல்லிவிட்டு அதோடு நிற்கவில்லை?!" என்று நிறுத்தினார். புரியாமல் என்ன என்று பார்த்தேன். "வாருங்கள் முதலில் ஒரு தேநீர் அருந்துவோம்" என்று சொல்லி கூடவே நடந்து வந்து சூளைமேடு ஒரு திருப்பு முனையில் உள்ள ஒரு தேநீர்க் கடையில் தேநீர் வாங்கிக் கொடுத்து கவிதைகளைப் பற்றி பேசினீர்கள். அந்த நினைவு இன்னும் பசுமையாக இருக்கிறது" என்றார். என் உடல் சிலிர்த்து விட்டது.

ஏன் திருமாவை கொண்டாடுகிறார்கள் என்பது அப்போதுதான் புரிந்தது. ஒரு எளிய மழைத்துளி போல தன்னை உருவகித்துக் கொண்டு நடக்கிறார்.மனித நேயத்தோடு தலைமைப் பண்பு திருமாவளவனுக்கு இயல்பாகவே இருக்கிறது. என நினைத்து நெகிழ்ந்தேன்.

திரைப்பட படப்பிடிப்புகளில் நேரில் சென்று அதை அப்படியே சொற்களில் வடித்துக் காட்டிய அனுபவம் நிறைய அப்போது வாசகர்களால் பேசப்பட்டது.

தொல் திருமாவளவனுடன் ராசி அழகப்பன்

அதில் நடிகர் சிவகுமார் நடித்து கே ரங்கராஜ் இயக்கிய 'உன்னை நான் சந்தித்தேன்' கொடைக்கானல் படப்பிடிப்பில் சிவகுமார் உடன் உரையாடியது இன்றும் பசுமையாக உள்ளது. அவர் ஒரு நினைவுப் பெட்டகம்.

அக்காலகட்டத்தில் மகேந்திரன் அவர்களோடு துணை இயக்குனராகப் பணியாற்றியயார் கண்ணனின் "அள்ளித் தந்த பூமி அன்னையல்லவா, சொல்லித் தந்த வானம் தந்தை அல்லவா' என்று நண்டு படத்தில் அவர் எழுதிய பாடலுக்காகவே தாயில் உச்சி முகர்ந்து பாராட்டினோம். அவர் கையெழுத்து அழகிய வடிவங்கள்.

இப்படி படைப்பாளர்களைக் கொண்டாட சொல்லித்தந்த வலம்புரிஜான் அவர்களுக்கு என் மூலம் ஒரு நெருக்கடி நிகழ்ந்தது.

அது என்ன நெருக்கடி?! தமிழ்தான் நெருக்கடி ?! அது என்ன தமிழ்?

பல பத்திரிகையாளர்களை உருவாக்கிய 'தாய்'

எல்லோரும் மதிக்கக்கூடிய மிகச்சிறந்த ஒரு இலக்கிய இதழ் 'முல்லைச்சரம்.'

அதை நடத்துபவர் கவிஞர் பொன்னடியான் அவர்கள். அவர் பாரதிதாசன் வழித்தோன்றல்.

பாரதிதாசன் விருது பெற்றிருக்கிறார் பாரதிதாசனையும் தமிழையும் பிரித்துப் பார்க்க முடியாத சான்றோன் பொன்னடியான்.

அவர் நடத்துகிற ஒரு இயக்கம்தான் கடற்கரைக் கவியரங்கம்.

அது மாதத்தின் முதல் வாரம் இறுதியில் கடற்கரையில் கவிஞர்கள் எல்லாம் ஒன்று கூடி கவிதைகளை படைப்பார்கள். அதைப் பார்த்து ரசித்து மற்றவர்கள் பாராட்டுவார்கள்.

மிகப் பிரபலமான கவிஞர்கள் பெரும்பாலும் இதில் பங்கு பெற்றிருப்பர்.

அதில் நான் கூட பங்கு பெற்று பாடி இருக்கிறேன்.

கவிஞர் பொன்னடியான்

என்ன? கண்ணகி சிலையின் பின்னே வட்டமாக கவிஞர்கள் அமர்ந்து கொண்டு பாடுவர். சில சமயம் மின் விளக்கும் இருக்காது.

சைக்கிள் ஸ்டாண்டு போட்டு ஒருவர் மிதிக்க அந்த டைனமோ வெளிச்சத்தில் ஒரு கவிஞர் பாட அதைக்கேட்டு மற்றவர் கைதட்ட சிலர் வேடிக்கை பார்த்து விட்டுச் செல்வர்.

அது ஒரு நல்ல கவிதை சார்ந்த குழு.

ஆனால் நான் அந்த வயதில் அதை எதிர்த்து தாய் வார இதழில் ஒரு கட்டுரை எழுதினேன்.

கவிதை என்பது மக்களுக்கு உரித்தானது. சமூகத்தினுடைய, அவலங்களையும் சமூகத்தின் பிரச்சனைகளையும் பற்றிப் பேச வேண்டும். அது அவர்கள் மத்தியில் நடைபெற வேண்டும்.

அப்படி இல்லாமல் கவிதை மக்களுக்கு அப்பாற்பட்டு தனியாக காற்று வாங்க வருகிற ஒரு மெரினா கடற்கரையில் 'கடற்கரை கவியரங்கம்' என்று யாருக்கும் தெரியாமல் பாடி கைதட்டல் வாங்குவது என்பது தவறானது. மக்கள் முன் நடத்துவதுதான் சரியானது. இதனால் எந்தப் பயனும் இல்லை' என்று நான் விமர்சனம் செய்து எழுதி விட்டேன்.

இது ஒரு மிகப்பெரிய பிரச்சனையாக எழுந்தது.

பம்பாய், கல்கத்தா, பெங்களூர் போன்ற பல இடங்களில் இருந்து தமிழ் சார்ந்த இயக்கங்கள் எதிர்த்து கண்டன கோஷங்களை எழுப்பின.

தமிழகமெங்கும் தமிழ்ப் பெருங்குடி மக்கள் இதை கண்டித்தார்கள். பாரதி காவலர் ராமமூர்த்தி அவர்கள்கூட ஒரு மிகப்பெரிய கண்டனத்தை எழுதி அனுப்பினார்.

பொதுவாக ஒரு பத்திரிகையில் தனக்குப் பிடிக்கவில்லை என்று எழுதிய கண்டனங்களை எதிர்ப்பை பதிவு செய்வது உண்டு. அப்படி தொடர்ந்து மூன்று வாரமாக வலம்புரிஜான் அவர்கள் கண்டனத்தை பதிவு செய்து வந்தார்.

அதோடு பிரச்சனை முடிந்து இருக்க வேண்டும். ஆனால் அது முடியவில்லை. வலம்புரிஜான் அவர்களுக்கு பெரிய தலைவலியாக அமைந்தது.

பல்வேறு இடங்களில் இருந்து மன்னிப்பு கேட்க வேண்டும் என்று தொடர்ந்து அழுத்தம் கொடுத்தார்கள். இதை ஒரு முடிவுக்கு கொண்டு வரவேண்டிய சூழல். ஏனெனில் தமிழகத்தை ஆள்பவர் எம்.ஜி.ஆர். இப்படியே விட்டால் பலர் வேறு மாதிரி புரிந்து கொள்ளக் கூடிய சூழல் வரும்.

வலம்புரிஜான் ஆசிரியர் என்னை அறைக்கு வரச் சொல்லி குமாரை அனுப்பி கூப்பிட்டார். நானும் போய் நின்றேன்.

"ராசி இப்பொழுது நீங்கள் எழுதியது பற்றி வருத்தம் தெரிவித்து விடுகிறீர்களா" என்று கேட்டார்.

நான் கொஞ்சம் கூட யோசிக்காமல், "முடியாது" என்று மறுத்து விட்டேன்.

நிமிர்ந்து பார்த்தார்.

"என்ன இப்படி சொல்கிறாய்? தமிழ் பற்றாளர்கள் கோபித்துக் கொள்கிறார்களே" என்றார்.

"கோபப்படுவது என்றால் மக்களிடம் சென்று தங்களுடைய படைப்புகளை பேசச் சொல்லுங்கள். நான் எழுதியது சரி என்று எனக்குப்படுகிறது.

நான் மன்னிப்பு கேட்க மாட்டேன்" என்று திடமாக உறுதியாக நின்றேன்.

அதை இப்போது நினைத்தால் துடுக்குத் தனமாக தோன்றுகிறது.

ஆசிரியர் என்னை மேலும் கீழுமாக பார்த்துவிட்டு 'சரி நீ போ 'என்று அனுப்பி விட்டார்.

இப்படிப் பேசியது என்னுடைய வேலைக்கே உலை வைக்கும் என்று உடனிருந்த பத்திரிகை நண்பர்கள் சொன்னார்கள்.

பரவாயில்லை என் மனதிற்குத் தோன்றியதை எழுதினேன் என்று நான் உறுதியாக இருந்து அமர்ந்துவிட்டேன்.

மௌனமாக சில நாட்கள் கடந்தது.

மறுபடி வருகிற தாய் வார இதழில் கடைசிப் பக்கத்தில் ஆசிரியர் வலம்புரிஜான் அவர்கள் என்னைப் பற்றி எழுதியிருந்தார்.

"ராசி அழகப்பன் அவர் எழுதியதை உண்மையாக நம்பி எழுதுகிறேன் என்று சொல்கிறார் அவர் எழுதிய கட்டுரையில் நான் தலையிடுவது ஒரு படைப்பாளன் சுதந்திரத்திற்கு எதிராக அமையும். எனவே அவர் மன்னிப்பு கேட்க மாட்டார் ஆனால் தமிழ் சார்ந்த உலகத்திற்கு சொல்லிக் கொள்கிறேன். நாங்கள் எல்லோரையும் மதிக்கிறோம்" என்ற சொற்களோடு அவர் பதிவிட்டிருந்தார்.

இப்படி படைப்பாளியையும் படைப்பு உலகத்தையும் கடைசி வரை மதித்தவர் தான் ஆசிரியர் வலம்புரிஜான்.

பின்னாளில் என்னை கண்டித்தவர்களோடும், கோபித்தவர்களோடும் நான் தொடர்ந்து பயணித்திருக்கிறேன்.

தாய் இப்படி சுதந்திரமான, நேர்மையான எண்ணங்களுக்கு ஒரு அடித்தளமாக அமைந்தது என்றால் அது ஆசிரியரின் நேர்மையும், மற்றவர்களை மதிக்க வேண்டும் என்கிற எண்ணமும் தான்.

இன்னொரு சம்பவம்.

அதுவும் ஒரு நெருக்கடியான சம்பவமாக அமைந்துவிட்டது.

அது யாரால் வந்தது என்றால் அதுவும் அடியேன் என்னால்தான்.

அப்போது ஒவ்வொரு வாரமும் ஒரு சிறப்பு இதழாக கொண்டுவர வேண்டும் என்கிற திட்டம்.

அந்த வரிசையிலே சிறுகதை சிறப்பிதழ் என்ற ஒரு இதழ்.

பொறுப்பு என்னிடம் வழங்கப்பட்டது கூடவே சூர்யகாந்தன் இருந்தார் என்று நினைக்கிறேன்.

அவர் நல்ல எழுத்தாளர். கோவையைச் சேர்ந்தவர். பின்னாளில் பேராசிரியராகக் கல்லூரியில் பணியாற்றினார்.

அந்த சிறப்பிதழில் எனக்குப் பிடித்தமான சிறுகதைச் சக்கரவர்த்தி ஜெயகாந்தன் அவர்களின் சிறுகதையும் இருந்தால் தான் பொருத்தமாக இருக்கும் என்று நான் அடம் பிடித்தேன்.

ஜெயகாந்தன் சிறுகதை வேண்டும் என்று அவரிடம் கேட்டபோது அவர் முற்றிலுமாக எழுதுவதில்லை என்று மறுத்துவிட்டார்.

அவர் மறுத்தால் என்ன அவரின் கதைகளை நாம் போட மாட்டோமா? என்று நினைத்து

அவருடைய ஒரு சிறு கதையை எடுத்து தாயில் பிரசுரித்து விட்டோம்.

அதற்கான தொகையை அவருக்கு தபாலில் அனுப்பி விட்டோம்.

ஆனால் அந்த ஊதியம் திருப்பி அனுப்பப்பட்டது.

உடன் ஜெயகாந்தன் கண்டனத்தையும் பதிவு செய்திருந்தார்.

வலம்புரி ஜான் என்னை அழைத்து "என்ன ராசி இப்படியாகிவிட்டதே" என்று சொன்னார்.

"நீங்கள் கவலைப்படாதீர்கள் சார் நான் பார்த்துக் கொள்கிறேன்" என்று சொல்லி அந்த காசோலையை எடுத்துக்கொண்டு வீட்டுக்குப் போனேன்.

ஜெயகாந்தன் "வா" என்று அழைத்து அமரவைத்தார்.

எரிச்சல் அவர் முகத்தில் இருந்தது.

"சிறுகதை நான் தான் போட்டேன் அதற்கான தொகை வாங்கிக் கொள்ளுங்கள்" என்றேன்.

"அது ஏற்கனவே நான் எழுதி வெளியிட்ட சிறுகதை அதற்கான தொகை எனக்கு வந்துவிட்டது."

"நீ என்னைக் கேட்காமல் கொல்லைப்புற வழியாக வந்து திருடிச் சென்று விட்டாய் அந்தக் கதையை" என்று கோபமாகவும் பேசினார்.

அது அவருடைய இயல்பு.

நாம் சும்மா இருப்போமா?

நான் சொன்னேன்

"நீங்கள் சமூகத்திற்காக எழுதிய படைப்புகளை வேண்டும் என்று நினைக்கிறவர்கள் எத்தனை முறை வேண்டுமானாலும் பயன்படுத்தலாம். அதை திருட்டு என்று சொல்வதற்கு உங்களுக்கு உரிமை இல்லை" என்று நான் கோபமாக என்னுடைய எண்ணத்தை வெளிப்படுத்தினேன்.

"ஓ இப்படிக்கூட பேச முடியுமா?" என்று கோபமாகக் கேட்டார்.

"ஏன் முடியாது. எல்லாம் உங்கள் சிறுகதையும் நீங்களும் கொடுத்த தைரியம் தானே!

உங்களைப் போல் விளிம்பு நிலை மக்களைப் பற்றி எழுதியவன் யாரும் இல்லையே?!

நான் பள்ளிப் பருவத்திலிருந்து உங்கள் சிறுகதைகளை படித்துக் கொண்டு வந்திருக்கிறேன்.

எனக்கு வாய்ப்பு கிடைக்கும்போது சிறுகதை சிறப்பிதழ் என்று தயாரிக்கிறபோது உங்கள் கதை இல்லாமல் இருந்தால் எப்படி?

எனவே நான் உரிமையோடு எடுத்துக் கொண்டேன்.. அவ்வளவுதான்" என்றேன்.

அவர் அந்த காசோலையும் வாங்கிக்கொண்டு பிறகு ஒரு புதிய சிறுகதையும் தாய் இதழுக்கு எழுதிக் கொடுத்தார்.

பல ஆண்டுகளுக்குப் பிறகு ராஜலட்சுமி அறக் கட்டளை சார்பாக கமல்ஹாசன் பிறந்த நாள் விழாவில் கலந்து கொண்டு பரிசு பெற்று மனிதம் போற்ற உரையாற்றியது தனிக்கதை. அது காலக் கொடை.

ஒரு முறை தாய் வார இதழில் பணியாற்றிய தாய் பிரபு ஒரு நிகழ்ச்சியைச் சொன்னார்.

நெகிழ்ந்து விட்டேன்.

அது என்ன?!

பிரபு மதுரையிலே 'உங்கள் விசிறி' என்ற ஒரு பத்திரிகையில் பணியாற்றிக் கொண்டிருந்தார்.

அதை நடத்திக் கொண்டிருந்தவர் மார்ஷல் முருகன்.

முத்தாரம் அளவிலான ஒரு பத்திரிகை.

அந்த 'உங்கள் விசிறி' கிட்டதட்ட 3000 பிரதிகள் விற்பனையாயின.

அந்த காலத்தில் அது ஒரு மிகப் பெரிய ஆச்சரியம்.

நவீனன் சாவி பத்திரிகையில் 'பூவாளி' என்கிற புதிய பத்திரிகை ஆரம்பிக்கப் போகிறேன் நீங்கள் வாருங்கள் என்று பிரபுவை அழைக்க அதை நம்பி வர, அது தள்ளிப்போக அவ்வளவுதான் சென்னை நகரத்தில் திக்குத் தெரியாமல் அலைந்தார்.

பத்திரிகை வாசல்களில் போய் முட்டி மோதிப் பார்த்தார். ஒன்றும் நடக்கவில்லை.

பிறகு தாய் அலுவலகம் நாடினார். இரண்டு மூன்று நாட்கள் நின்று பார்த்தார்.

சந்திக்க முடியவில்லை.

ஆசிரியர் காலையில் அலுவலகம் வந்து விட்டு சிறிது நேரம் இருந்து விட்டு அப்போதிருந்த முதலமைச்சர் எம்ஜிஆர் அவர்களை சந்தித்துப் பேசப் போய் விடுவது வழக்கம்.

என்ன செய்யலாம் என்று யோசித்த பிரபு நடந்தே அவர் இருந்த வண்ணாரப்பேட்டை போர்த்துகீசிய தெருவில் போய் நின்று இருக்கிறார்.

"நீ யார்" என்று கேட்டதும், "கவிஞர் பாலாவின் தம்பி பிரபு" என்றதும் சட்டென்று அவர் மனதைத் தொட்டது.

ஏனென்றால் பாலா அவருக்கு பிடித்தமான கவிஞர்.

பிரபு அவருடைய மகனின் பெயர்.

எனவே அவரை தன்னுடைய காரிலேயே ஏற்றிக் கொண்டு வந்து தாய் அலுவலகத்தில் ஆசிரியர் குழுவில் இணைத்துக் கொண்டார்.

பிரபு பிறகு தாய் பிரபுவாக மாறுகிறார்.

எழுதுகிறார் என்பதெல்லாம் வேறு விடயம்.

ஒரே உடையில் சில நாள் தொடர்ந்து வருகிற பிரபுவைப் பார்த்து வலம்புரிஜான் அவர்கள் ஒரு முடிவு எடுக்கிறார்.

ராஜாஜி ஹாலில் கவிவேந்தர் மு.மேத்தா போன்ற கவிஞர்களின் கவியரங்கம்.

வலம்புரிஜான் காரில் செல்கிறார். கூடவே பிரபுவை அழைத்துச் செல்கிறார்.

ராதாகிருஷ்ணன் சாலையில் உள்ள வின்ஸ் டைலரிங் கடை முன் கார் நிற்கிறது.

இறங்கி கடைக்குப் போய் உள்ளேயிருந்து “வா வா” என்று சைகை செய்கிறார்.

டிரைவர் மணியும் பிரபுவும் வேறெங்கோ பார்த்துக் கொண்டிருக்கிறார்கள்.

கடைக்காரப் பையனை அனுப்பி அழைத்து வா என்கிறார்.

மணி உள்ளே சென்று வர ஐயா என்னை அழைக்கவில்லை பிரபு உன்னைத்தான் அழைக்கிறார் என்று சொல்ல, போய் பிரபு நிற்கிறார்.

ஒரு டீ சர்ட்டையும் (T-shirt) பேண்ட்டையும் எடுத்துத் தருகிறார்.

கூடவே இன்னொரு செட் பயன்பாட்டுக்கான துணியை எடுத்து அந்த டைலரிடம் “ஒரு மிகச்சிறந்த படைப்பாளனாக வரப்போகிறார். அவனுக்கு நீங்கள் நன்றாக தைத்துக் கொடுங்கள்” என்று சொல்லி விட்டு வெளியே வருகிறார்.

அந்த நெகிழ்ச்சி, கேட்காமலே தருகிற புரட்சித் தலைவர் சுபாவம் வார்த்தைச் சித்தர் வலம்புரிஜானுக்கும் இருந்தது வியப்பில்லை.

இன்றும் பிரபுவுக்கு நினைவு வந்து கொண்டே இருக்கிறது என்கிறார்.

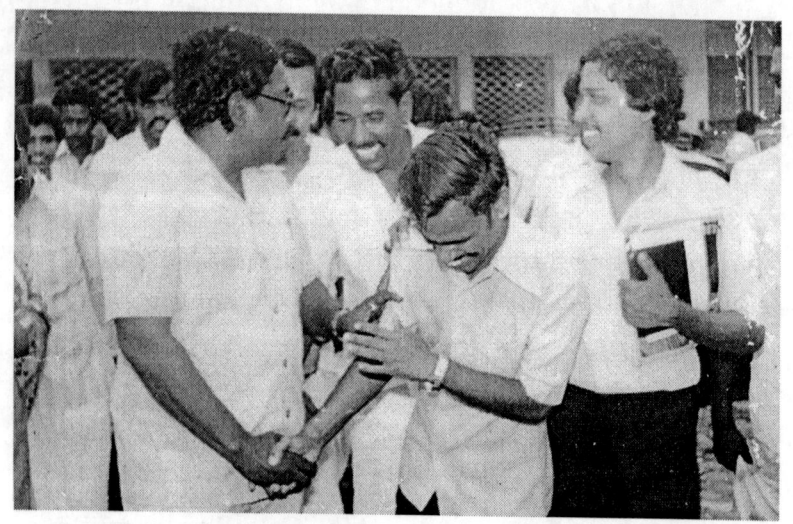

சோவியத் பயணம் புறப்படும்போது... ராசி அழகப்பன், தாய் பிரபு

முதலில் தான் போட்டிருந்த மஞ்சள் சட்டை பார்க்கும்போதெல்லாம் இரண்டு உடைகளை வாங்கித் தந்த வலம்புரிஜானை நினைத்து நினைத்து கண்ணீர் விடாமல் இருந்ததில்லை என்கிறார் தாய் பிரபு.

இந்த தமிழ்ப் பற்றால் நிகழ்ந்ததுதான் கவிஞர் பழனிபாரதி அவர்களும், உவமைக் கவிஞர் சுரதா அவர்களின் பிள்ளை கல்லாடன் அவர்களும் பணியாற்றியது கூட என்று நான் கருதுகிறேன்.

குடந்தை கீதப்பிரியன் பிறகு வந்து சேர்ந்த நக்கீரன் கோபால் இவர்களெல்லாம் வலம்புரி ஜான் அவர்களின் அன்பாலும் உழைப்பாலும் உயர்ந்து நின்றவர்கள்.

பாபநாசம் குறள்பித்தன் நீண்ட நெடிய உயரம் உள்ளவர்.

அவருக்கு சில உடல் உபாதைகள் உண்டு.

அதைக் கருத்தில் கொண்டு அவரை அதிகம் வேலை வாங்காமல் அவருக்குப் பிடித்தமான சிறிய சிறிய வேலைகளை மட்டுமே கொடுத்து கடைசிவரை

துணையாகவே வைத்துக் கொண்டிருந்தார் என்பது வலம்புரிஜான் பெருந்தன்மைக்குச் சான்று.

பாபநாசம் குறள்பித்தன் குழந்தைகளுக்கும் சிறுவர்களுக்கும் நூற்றுக்கணக்கான நூல்கள் எழுதியவர்.

அவருடைய நூல்களை இன்று தமிழக அரசு பொது உடமை ஆக்கி இருக்கிறது என்பதும், அவர் குடும்பத்திற்கு உதவி இருக்கிறது என்பதும் தாய் இதழ் வழித் தோன்றல்களுக்கு கிடைத்த பெரும் பெருமை.

தாயின் முகப்பு படங்கள் தந்த கலை வித்தகர்கள் யார் என்றால் அப்போது புகழ்பெற்ற பிரவீன்குமார், சுபா சுந்தரம், பாஸ்கர், ஸ்டில்ஸ் ரவி ஆகியோரை குறிப்பிடலாம்.

இப்படி பல்வேறு நிகழ்வுகளோடு தொடர்கையில் எல்லோரும் அதிரும்படியான ஒரு சம்பவம் நிகழ்ந்தது.

ஸ்டில்ஸ் ரவி

பிரவீன்குமார்

தாய் அலுவலகம் எழுதத்துடிக்கும் இளைஞர்களின் வேடந்தாங்கல்

தாய் வார இதழின் ஆசிரியர் வலம்புரிஜான் என்பது எல்லோருக்கும் தெரிந்ததே. அவர் கிருத்துவர் என்பது எல்லோருக்கும் தெரியும். அது அல்ல இங்கு பிரச்சனை. அவர் எப்போதும் எல்லா மதங்களையும் நேசித்தவர்.

ஒருமுறை குமரன் பதிப்பகம் வைரவன் அவர்கள் சந்திக்க வந்தார்கள்.

வைரவன் இப்போது பப்பாசி சங்கத்தின் தலைவராக இருக்கிறார்.

இப்பொழுது சென்னை புத்தகக் கண்காட்சிப் பணியில் செயல்பட்டுக் கொண்டிருக்கிறார்.

முதல்வர் ஸ்டாலின் அவர்கள் துவக்கி வைக்கிறார்.

அவர் இன்று காலையில் தொலைபேசியில் என்னை அழைத்தார்.

வலம்புரி ஜான் நினைவிருக்கிறதா என்றார்.

மூன்று நூல்கள் வெளியீட்டு விழாவில் காவல்துறை அதிகாரி
டி.கே.ராஜேந்திரன், கமலஹாசன், விக்ரம், சத்தியராஜ்

உடனே "எப்படி சார் மறப்பேன் அவர்தான் எங்களுக்கெல்லாம் வாழ்க்கை தந்தவர்" என்று சொன்னேன்.

"ஆமாம் ஆமாம் ஆனால் ஒரு குறிப்பிட்ட சம்பவம் நீங்கள் தான் ஏற்படுத்தி கொடுத்தீர்கள்" என்றார்.

'என்ன' என்று புரியாமல் கேட்டேன்.

வலம்புரி ஜான் ஒரு புத்தகம் எழுதி எனக்குத் தர உதவ வேண்டும் என்று சொன்னார்.

நிச்சயமாக எழுதித் தரச் சொல்கிறேன். உங்களுக்காகத் தானே நீங்கள் என்னுடைய முதல் நூல் 'நிழல் தேடும் மலர்' கவிதை நூலை வெளியிட்டவர் ஆயிற்றே என்று சிரித்துக்கொண்டே சொன்னேன்.

வைரவன் நெல்சன் மாணிக்கம் சாலையில் உள்ள தாய் அலுவலகத்திற்கு வந்தார்.

நான் ஆசிரியர் வலம்புரிஜான் அவர்களிடம் வைரவன் வந்திருக்கும் செய்தியைச் சொன்னேன்.

எழுத்தாளர் ஜெயகாந்தனுடன் ராசி அழகப்பன்

ஆசிரியர் அப்போது காஞ்சிப் பெரியவரைப் பற்றிய சிந்தனையோடு கையில் ஒரு நூலையும் வைத்துக்கொண்டிருந்தார்.

சிறிது நேரம் நின்றபடி இருந்தேன். வலம்புரிஜான் என்னை நிமிர்ந்து பார்த்த போது மறுபடியும் நினைவு படுத்தினேன் "எனது நூலை வெளியிட்ட பதிப்பாளர் வைரவன் வந்திருக்கிறார்" என்று ..

"ஓ அப்படியா வரச்சொல்லுங்கள்" என்றார்.

உள்ளே அழைத்துக்கொண்டு போனேன். அமரவைத்தார். தேனீர் கொடுத்தார். சாப்பிட்டு முடித்ததும் 'சொல்லுங்கள்' என்றார்.

"எனக்கு ஒரு நூல் எழுதித் தரவேண்டும்" என்று வைரவன் மெதுவாக சப்தமே இல்லாமல் கேட்டார்.

கொஞ்சமும் தாமதிக்காமல் வலம்புரிஜான் "நாம் காஞ்சிப் பெரியவர் பற்றி எழுதுகிறேன்" என்றார்.

வைரவன் அவர்கள் என்னைப் பார்த்து திருதிருவென்று விழித்தார். அதற்குக் காரணம் இல்லாமல் இல்லை.

எனக்குப் புரிந்து விட்டது.

வைரவன் அவர்கள் எதிர்பார்ப்பது வேறு. ஆனால் வலம்புரிஜான் சொல்வது வேறு. இரண்டிலும் ஒரு முரண் இருப்பதை அந்தச் சூழல் எனக்குப் புரிய வைத்தது.

"சார் ஒரு நிமிடம் இவரை அழைத்துக்கொண்டு போய் பேசிவிட்டு வருகிறேன்" என்று சொன்னேன்.

வைரவன்

அவர் புரியாமல் பார்த்து சரி என்று சொல்லி அவர் ஒரு காகிதத்தை எடுத்து எழுத ஆரம்பித்துவிட்டார்.

நான் வெளியே சென்று வைரவன் அவர்களைப் பார்த்து "என்ன யோசனை" என்று கேட்டேன். சொல்லத் தயங்கினார்.

"நீங்கள் நினைப்பது புரிகிறது. வலம்புரிஜான் ஒரு கிருத்துவர். அவர் எழுதுகிறேன் என்று சொல்வது இந்து மதத்தின் மிக முக்கிய மகான். இது எப்படி சரியாக இருக்கும் என்று தானே யோசிக்கிறீர்கள்."

"ஆமாம் இவரிடம் ஒரு கவிதை நூல் இல்லை யென்றால் கட்டுரைகள், அரசியல் இருந்தாலும் பரவாயில்லை விற்று விடுவேன்" என்றார்.

நான் உடனே சொன்னேன் "வலம்புரிஜான் ஒரு வார்த்தைச் சித்தர். பேரறிஞர் அண்ணா, கலைஞர் மு.கருணாநிதி போன்றவர்கள் வலம்புரிஜானை போற்றுகிறவர்கள்.

ராசி அழகப்பன் ♦ 55

அவர் காஞ்சிப் பெரியவரைப் பற்றி எழுதுகிறேன் என்று சொல்லுகிறார் என்றால் அதில் ஒரு அர்த்தம் இருக்கும். நீங்கள் பேசாமல் ஒத்துக் கொள்ளுங்கள் வாசகர்களே பெருவாரியாக வரவேற்பார்கள்" என்று சொல்லி ஆசிரியர் அறைக்கு அழைத்துச் சென்றேன்.

வலம்புரி ஜான் காகிதத்தில் எழுதி வைத்திருந்த ஒரு தலைப்பை எடுத்துக் காண்பித்து "இதுதான் புத்தகத்தின் தலைப்பு. புத்தக முகப்பு தயார் செய்யுங்கள் ஒரு வாரத்தில் நான் எழுதித் தந்து விடுகிறேன்" என்று சொன்னார்.

அந்தத் தலைப்பு தான் "சொர்க்கத்தில் ஒரு நாள்" என்பது.

அந்த நூல் வெளிவந்த பிற்பாடு ஆன்மீகப் பகுதியிலிருந்து பெருவாரியான வரவேற்பைப் பெற்றது. அதன்பின்பு தேவகோட்டைக்குச் சென்று ஆன்மீக உரை ஆற்றினர் என்பது வரலாறு.

வலம்புரிஜான் மேல் மதம் கடந்த ஒரு பார்வையும் நேசமும் தமிழ் உலகத்தில் வளர்ந்தது என்று தான் சொல்ல முடியும்.

"ஏசுபிரான், நபிகள் நாயகம், முருகன், புத்தர், வள்ளலார் என யாவரும் அன்பொன்றே ஒருமைப் பாதை என வாழ்ந்தவர்கள். மதம் மனிதனுக்கு விளக்காக இருக்க வேண்டும்.

மதம் பிடித்து திரிவதற்காக அல்ல.

இருளை விமர்சிப்பதை விட ஒரு மெழுகுவர்த்தியை ஏற்றி வைப்பது உத்தமம்." என்று மேடைதோறும் முழங்கியவர்.

அது மட்டுமல்ல இன்னும் ஒரு நிகழ்ச்சியைச் சொல்லுகிறேன்.

சோவியத் கலாச்சார மய்யத்தில் 1982ல் ஒரு புத்தக வெளியீட்டு விழா.

கதவைத் திற காற்று வரட்டும் வெளியீட்டு விழாவில் மாலன் - நெல்லை ராமகிருஷ்ணன்

அந்த விழாவிற்கு இயக்குனர் எஸ்.பி.முத்துராமன் எஸ்.நல்லபெருமாள், எழுத்தாளர் மாலன், நெல்லை ராமகிருஷ்ணன் போன்ற மிகச் சிறந்தவர்கள் வந்து பங்கு பெற்ற நிகழ்வு.

அந்தப் புத்தகத்தைப் பற்றி பேசுகிறபோது மிகவும் உயர்வாக வலம்புரிஜான் அவர்கள் சொன்னார்கள்.

இந்த நூலில் இருக்கிற கோபம் என்றுமே தமிழுக்கு உதவியாக இருக்கும் என்று. உரக்கக் குரல் எழுப்பினார்.

கையில் அந்தப் புத்தகத்தை வைத்துக் கொண்டு அவர் ஆற்றிய உரை இன்று கூட எனக்கு நினைவிருக்கிறது.

அவருக்குப் பிடித்துப் போனால் புதிய எழுத்தாளர்கள் என்று கூட பார்க்க மாட்டார். அவரை உச்சத்தில் கொண்டுபோய் ஏற்றி வைத்து அழகு பார்ப்பார்.

அப்படித்தான் அந்த நிகழ்வு நடந்தது. அந்த நிகழ்வில் வெளியிட்ட புத்தகத்தின் பெயரை நீங்கள் இப்போது

கதவைத் திற காற்று வரட்டும்
நூல் வெளியீட்டு விழா

கேட்டாலும் ஆச்சரியப்படுவீர்கள். "கதவைத்திற காற்று வரட்டும்".

அந்த நூலை எழுதியவர் சாட்சாத் நான் தான்.

பலபேர் இப்போது சொல்கிறார்கள். அதை நீங்கள் எழுதவில்லை. அதை பிரபலமான நித்யானந்தா எழுதிய நூல் தானே என்று எல்லோரும் விமர்சிக்கிறார்கள்.

நான் 1982 இல் வெளியிட்ட புத்தகத்தின் தலைப்பு 'கதவைத்திற காற்று வரட்டும்'

அது பிரபலமான ஒரு வார இதழில் நித்யானந்தா அவர்கள் தொடருக்காக இந்த தலைப்பு எடுத்தாளப் பட்டது.

பலர் கேட்டார்கள் "நீங்கள் ஏன் என்னுடையது என்று உரிமை கோரவில்லை" என்றார்கள்.

நான் சிரித்துக் கொண்டேன். இப்போது கைலாசாவில் இருந்து உலகத்திற்கு பல செய்திகளைச் சொல்கிறார்.

"நித்யானந்தா கேட்டாலும் இதைத்தான் சொல்வேன்" நானும் திருவண்ணாமலைக்காரன் ஆயிற்றே..

சொற்களையும் சிந்தனையையும் யார் தனது மட்டுமே என்று சொல்லிவிட முடியும். அது பரந்தவெளிக்குச் சொந்தமானது. பயன்படுத்திக் கொள்ளலாமே. நேற்று யாருடையதோ.. இன்று நம்முடையது.. நாளை வேறு யாருடையதோ ஆகப் போகிறது.. என்றுதான் எனக்கு இப்போது சொல்லத் தோன்றுகிறது.

இப்போது எல்லோரும் பாரதி நூற்றாண்டு விழா கொண்டாடுகிறார்கள். மிகச் சிறப்பாக உரத்த சிந்தனை அமைப்பின் மூலம் பாரதி உலா உதயம் ராம் பள்ளி கல்லூரி மாணவர்கள் மத்தியில் பாரதி சிந்தனையைக் கொண்டு சேர்க்கிறார். என்னை பலவிடங்களில் பேச அழைத்துச் செல்கிறார்.

ஆனால் வலம்புரிஜான் எண்பதுகளிலேயே தமிழகமெங்கும் ஒவ்வொரு மாவட்டத்திலும் பாரதியார் விழா நடத்த ஆயத்தமாகி எல்லா வேலைகளையும் செய்தார் ..

மாணவர்களை குறிப்பாக கல்லூரி மாணவர்களில் பேச்சுப் போட்டி, கட்டுரைப் போட்டி என்று நடத்தி தன்னையே ஈடுபடுத்திக்கொண்டார்.

கோவையில் கிருஷ்ணா ஸ்வீட்ஸ் முரளி துணையோடு பிரம்மாண்டமான ஒரு பாரதி விழாவை நடத்தி சொற்பொழிவை நிகழ்த்தினார்.

பாரதியின் 'அக்கினிக் குஞ்சொன்று கண்டேன்' கவிதையை பிரமித்து பேசிக் கொண்டே இருந்தார்.

அதோடு நிற்காமல் 'பாரதி ஒரு பார்வை' என்று ஒரு அருமையான புத்தகத்தை எழுதி வெளியிட்டார்.

அந்த நூலில் அவர் சொல்ல வந்த கருத்து இதுதான். ஏழு வயதில் கவிதை எழுதத் தொடங்கினார் பாரதி.

14 வயதில் திருமணம் செய்து கொண்டவன் எட்டு ஆண்டுகள் அவன் பேனாவைத் தொடவில்லை. இருபத்தி நான்கு வயதில் அரசியல் பற்றிய கவிதைகளை எழுதத் துவங்கி 39 வயதில் இறந்து விடுகிறான்.

இடைப்பட்ட காலத்தில் அவர் எழுதிய கவிதைகள், கட்டுரைகள், கதைகள் என்று ஏராளம் இருந்தது. எப்படி இந்த குறுகிய வயதில் அவரால் எழுத முடிந்தது?.

தன் குடும்பத்தையும் செல்லம்மாவையும், தன்னுடைய மகள்களையும் மறந்துவிட்டு சமூகத்தின் மேல் இவ்வளவு ஈடுபாடு கொண்ட ஒரு கவிஞன் என்றால் உலகத்தில் வேறு யாரும் இருக்க முடியாது என்று மெய்மறந்து அவர் பேசியும் எழுதியும் இருந்தார்.

என்னைக் கேட்டால் இது போன்று ஒரு பாரதியைப் பற்றிய நூல் வேறு ஏதும் வந்திருக்கிறதா என்று எனக்குத் தெரியவில்லை. ஆச்சரியமாக இருக்கிறது அப்படிப்பட்ட மிகச்சிறந்த நூல்களை உருவாக்கினார் வலம்புரிஜான்.

நான் அவரை வியந்து பார்ப்பதற்கு ஒரு சம்பவம் இருந்தது.

மாவட்டம் தோறும் நடக்கும் பாரதி விழா போல் கடலூரிலும் ஒரு பெரிய பிரமாண்டமான பாரதி விழா நடைபெற, ஏற்பாடு செய்திருந்தார்கள்.

வலம்புரிஜான் என்றால் கூட்டம் சேரும். வீரிய பேச்சுக்கள், சிந்தனைச் சொற்கள், புதிய சொற்கள்

கடலூர் பாரதி நூற்றாண்டு விழா

தானாக வந்து விழும். அதனால்தான் அவரை வார்த்தைச் சித்தர் வலம்புரிஜான் என்று சொல்வார்கள்.

அதுவும் கடலூர் ஜெயகாந்தன் பிறந்த ஊர். படித்தவர்களும், பாமரர்களும் இரண்டறக் கலந்து கேட்கக் கூடிய மக்கள் நிறைந்த ஊர்.

பெரிய எதிர்பார்ப்போடு ஏற்பாட்டாளர்கள் செய்திருந்தனர்.

அந்த விழாவிற்கு திடீரென வலம்புரிஜான் அவர்கள் வர முடியவில்லை. எல்லோரும் எதிர்பார்த்துக் கொண்டிருக்கும் போது அவர் வரவில்லை என்றதும் விழாவையும் நிறுத்த முடியாத ஒரு சூழல்.

அலுவலர் குமார் அவர்கள் எழுதிக் கொண்டிருந்த என்னை 'ஆசிரியர் உங்களை அறைக்கு வரச் சொன்னார்' என்றார். நான் புரிந்தும் புரியாமலும் சென்று நின்றேன்.

ராசி அழகப்பன் ♦ 61

கடலூர் பாரதி விழாவில்

“ராசிகடலூரில்பாரதி விழா இருக்கிறது. நான் செல்ல இயலவில்லை, என் இடத்திலிருந்து நீ உரையாற்றி விழாவை சிறப்புசேர்த்துவிட்டுவா” என்றார். நான் அதிர்ந்து விட்டேன்.

நான் தயங்கி “அது எப்படிசரியாகஇருக்கும்” என்று சொன்னேன். “வேறு அறிஞர்களை யாராவது அனுப்பினால் சிறப்பாக இருக்கும்” என்றேன்.

அவர் என்னை உற்றுப் பார்த்து “அதான் சரியாக இருக்கும் என்று தானே சொல்கிறேன் நீ சென்று பேசி விட்டு வா” என்றார்.

அவருடைய வார்த்தையை மனதில் தாங்கி நான் கடலூரில் 40 நிமிடம் பாரதியைப் பற்றி உரை யாற்றினேன். அவர் என்மேல் வைத்த நம்பிக்கையை நான் காப்பாற்றினேன் என்றுதான் பொருள்.

தன்னுடன் பணி செய்யும் ஒருவரை உயர்த்திப் பார்க்கிற குணம் என்பது பலருக்கு கிடையாது. ஆனால் வார்த்தைச் சித்தருக்கு இயல்பாகவே வந்திருந்தது. இந்த குணம் தான் அவரை இன்று வரை பேச வைத்துக்கொண்டிருக்கிறது.

அவரைச் சுற்றி எப்போதும் நான்கைந்து கவிஞர்கள் இருப்பார்கள் அல்லது நான்கைந்து புத்தகங்கள் இருந்து கொண்டே இருக்கும். அதுதான் வலம்புரியாரின் அடையாளம்

வலம்புரி ஜான் அவர்கள் தாய் வார இதழ் வெளியில் கிடைப்பதற்கு முன்பாக அச்சிடும் முதல் சில பிரதிகளை உடனே புரட்சித்தலைவர் எம்ஜிஆர், ஆர் எம் வீரப்பன், பொன்னையன், கே.ஏ.கிருஷ்ணசாமி,

செல்வி ஜெயலலிதா போன்றவர்களுக்கு அனுப்பி விடுவார். அவர்கள் முதலில் பார்த்து விடுவார்கள் இதுதான் வழக்கம்.

எவ்வளவு வேலை இருந்தாலும் புரட்சித் தலைவர் அவர்கள் முதல்வராக இருந்த போதும்கூட இதழைப் படித்துவிட்டு அதில் சிறப்பாக எழுதுகிற பலரை பெயர் சொல்லிப் பாராட்டி இருப்பதை பல முறை வலம்புரிஜான் அடிக்கடி பகிர்ந்து கொள்வார்.

நக்கீரன் கோபால் அவர்களுடன்
ராசி அழகப்பன்

பல பேருக்கு மகிழ்வான செய்தி ஆனால் ஒருவருக்கு திடுக்கிடும் செய்தியாக மாறிவிட்டது அவர்தான் நக்கீரன்கோபால்.

இப்போது மிகப் பிரபலமாக இருக்கிற நக்கீரன் கோபால் அவர்கள் தாய் வார இதழில் எங்களோடு பணியாற்றியது ஒரு மகிழ்வான நினைவு. அல்லது இப்படியும் சொல்லலாம். நக்கீரன் கோபால் பணியாற்றிய போது நாங்களும் உடன் பணி செய்தோம்.. அப்போது இளைஞர்களின் வேடந்தாங்கல் தாய் அலுவலகம்.

கோபால் என்ன செய்தார் என்றால் ஆர்ட்டிஸ்ட் அதாவது லேஅவுட் ஆர்ட்டிஸ்டாக பணியாற்றினார். அவருடன் மோகன்தாஸ், பவித்ரா போன்றவர்களும் பணியாற்றிக் கொண்டிருந்தார்கள்.

பெரும்பாலும் என்னுடைய பேட்டிக் கட்டுரை வருகிற போது அவருடன்கூடவே இருந்து கொண்டு

எனக்குச் சரியாக வடிவமைப்பு செய்ய வேண்டும் என்று பேசிக் கொண்டிருப்பது வழக்கம்.

அப்படி ஒரு நாள் திடீரென்று வலம்புரிஜான் அவர்கள் நக்கீரன் கோபாலை அழைத்தார்.

ஆசிரியர் தன்னுடைய அறைக்குள்ளே ஒருவரை அழைக்கிறார் என்றால் அது நிச்சயமாக முக்கியமான காரணமாகத்தான் இருக்கும். அப்படித்தான் அப்போது செயல்பாடுகள் இருந்தது. நக்கீரன்கோபால் உள்ளே போனதும் உட்கார் என்று சொன்னார்.

உடனே ஒரு போன் கால் வந்தது.

வந்த போனை வலம்புரி ஜான் அவர்கள் கோபாலிடம் தந்து "பேசுவார்கள் நீங்கள் மன்னிப்பு கேட்டு விடுங்கள்" என்று சொன்னார்.

இவருக்கு ஒன்றும் புரியவில்லை. போனை வாங்கி பேசுவதைக் கேட்டார்.

"நீங்கள்தான் அந்த கட்டுரைப் பக்கத்தை தயார் செய்தீர்களா" என்று கேட்டார். 'ஆமாம்' என்று மகிழ்ச்சியாக சொன்னார். ஆனால் மறுமுனையில் இருந்து வந்த தகவல் வேறு. கோபம் கோபமாக வார்த்தைகளை பகிர்ந்து கொண்டிருக்கிறார்

பொதுவாக நக்கீரன் கோபாலிடம் ஒரு பழக்கம் உண்டு. தனக்குச் சரி என்று பட்டால் அதை நேரடியாகவும் தைரியமாகவும் பேசுபவர். பயந்து ஒளிபவர் அல்ல.

அப்போதும் அப்படித்தான் அந்த போனுக்கு அவர் மசியவில்லை, பயப்படவில்லை, மன்னிப்பு கேட்க வில்லை.

ஆனால் இடையே போனை வாங்கி வலம்புரிஜான் சமாதானப்படுத்தி வைத்துவிட்டார்

மேசையில் இருந்த தாய் பத்திரிகையை கோபால் முன் தூக்கிப்போட்டு, "இதை நீங்கள் தானே செய்தீர்கள்" என்றார்.

"ஆமாம்" என்று அவரும் பதில் சொன்னார்.

"இந்தத் தொடர் யாருடையது தெரியுமா? செல்வி ஜெயலலிதா எழுதும் தொடர். நீங்கள் அதில் கவனக் குறைவாக ஒரு பிழை செய்து விட்டீர்கள். அதை நீங்கள் செய்திருக்கக் கூடாது" என்றார்.

கோபாலுக்கு ஒன்றும் புரியவில்லை.

"நான் என்ன செய்தேன்", 'நெஞ்சிலே ஒரு கனல்' என்ற தொடரின் தலைப்புக்குக் கீழே ஜெயலலிதா என சரியாகத் தானே போட்டிருக்கிறேன் என்ன குறை என்று சொன்னதும், மறுபடியும் என்ன பேசுகிறீர்கள் நீங்கள், செல்வி என்று போட்டு இருக்க வேண்டும் அல்லவா இது பிழை தானே" என்று அவர் கேட்டார்.

"இந்தப் பிரச்சனைக்குத் தான் இவ்வளவு வசவு போனில் கிடைத்ததா! முதலிலேயே நீங்கள் சொல்லியிருந்தால் நான் போட்டு இருப்பேன். அவர் பெயர் அதுதானே என்பதால் நான் அப்படி செய்தேன்" என்று சொல்லிவிட்டு கோபால் கிடுகிடு என்று சென்றுவிட்டார்.

இதற்கு முன் குமுதம் வார இதழில் எழுதிய தொடர், அதை பாதியில் நிறுத்திவிட்டு தாய் வார இதழில் தொடர்ந்து எழுதினார். அதற்குப் பெயர்தான் "நெஞ்சிலே ஒரு கனல்" என்கிற அவரது தொடர் .

அந்தத் தொடரின் மூலமாக வாசகர்கள் அதிகமாக சேர்ந்தார்கள் என்பதுதான் மிகவும் முக்கியமான செய்தி.

சில சமயம் அரசியல் சூழல்களில் சிரமப்படுவது உண்டு. அப்படி ஒரு நிகழ்வுதான் நக்கீரன் கோபால் அவர்களுக்கு நிகழ்ந்தது.

எவர் மேலும் குற்றம் இல்லை என்றாலும் அரசியல் பார்வை குறித்த சில சம்பவங்கள் இப்படியாக ஒரு சூழலை உருவாக்கி விடும் என்பதை பின்னால் வலம்புரிஜான் அவர்கள் எடுத்துச் சொன்ன போது புரிந்தது.

எந்தக் காலத்திலும், எந்தச் சூழ்நிலையிலும் தன்னுடன் பணியாற்றுகிறவர்களை எப்படியும் விட்டுக் கொடுத்து பேச மாட்டார்.

இந்தச் சம்பவத்தை சமீபத்தில் மாணவர் நகலகம் சௌரிராஜன் அவர்களோடு நக்கீரன் அலுவலகத்துக்கு சென்றபோது சொல்லிச் சொல்லி கோபால் நெகிழ்ந்தார்.

படைப்பாளிகள் எழுதுவதை வலம்புரிஜான் அதிகம் திருத்துவது இல்லை.

தலைப்பை அவர் தான் முடிவு செய்வார் என்பதால் அந்தத் தலைப்பு படிப்பவரைக் கவர்ந்து இழுக்க வேண்டும் என்ற மனநிலையில் கவித்துவமாக அடிக்கடி எழுதிக் கொடுங்கள் என்பார்.

கோபால் அவர்களும் நானும் இரவு முழுதும் பணியாற்றிய நேரங்களும் உண்டு. ஆனால் அதை கவனத்தில் வைத்துக் கொண்டு உரிய நேரத்தில் பாராட்டுவது வலம்புரிஜான் பழக்கம்.

இப்படி அலுவலகத்தில் பணியாற்றிய ஒவ்வொரு வரைக் கேட்டாலும் அவரைப் பற்றி ஒரு கதை சொல்லிக்கொண்டே இருப்பார்கள். அப்படி ஒரு நல்ல உள்ளம் அவருடையது.

தாய் வாசகர்களை தமிழாகப் போற்றிய வலம்புரி ஜான்

எனக்கு மிகப்பெரிய நெருக்கடியைக் கொடுத்தவர் யார் என்று கேட்டால் நீங்கள் ஆச்சரியப்படுவீர்கள் வேறுயாருமல்ல பாலகுமாரன்.

பாலகுமாரனா? என்று நீங்கள் இப்போது ஆச்சரியப்படலாம்.

ஆமாம்.

அதே பாலகுமாரன் தான்.

நாயகன் படத்தில் வேலு நாயக்கரைப் பார்த்து" நீங்க நல்லவரா கெட்டவரா?" என்று பேரனைக் கேட்க வைத்த வசனத்தை எழுதி உலகையே திரும்பிப் பார்க்க வைத்தவர்.

புகழ் பெற்ற பிற்பாடு பார்க்கிற பாலகுமாரனை நான் சொல்லவில்லை .

ஆரம்ப காலத்தில் அதாவது எண்பதுகளின் துவக்கத்தில் அம்பத்தூர் ஆவடியில் டிஐ சைக்கிள் கம்பெனியில் பணியாற்றிக்கொண்டிருந்த நேரம்.

எழுத்தாளர் பாலகுமாரன் தனது குழந்தைகளுடன்...

நெற்றியில் மூன்று விபூதிப் பட்டைகளை அணிந்து கொண்டு லேம்பரடா ஸ்கூட்டரில் சென்று கொண்டிருப்பதைப் பார்த்தால் ஆச்சரியமாக இருக்கும்.

மூன்று பட்டைக்கும் அவர் ஸ்கூட்டரை ஸ்டைலாக ஓட்டுவதற்கும் சம்பந்தமே இருக்காது.

அப்படி ஒரு கலவை தான் பாலகுமாரன்.

ஜேம்ஸ்பாண்ட் கணக்காய் அழகிய முகம்.

அந்த லேம்பரடா ஸ்கூட்டர் இப்போது நிச்சயமாக எந்தச் சாலைகளிலும் செல்வதில்லை.

மைக்கேல் மதன காமராஜன் என்ற திரைப்படத்தில் கமல் – காமராஜன் என்கிற கதாபாத்திரம் பயன்படுத்துகிற வண்டி சாட்சாத் பாலகுமாரன் ஓட்டிக் கொண்டு போன வண்டி வகையறா தான்.

ஆனால் அவர் பயன்படுத்திய வண்டி அல்ல. அவரைப் பார்த்த இன்ஸ்பிரேஷன்.

சரி நான் இப்போது நேரடியாக விடயத்துக்கு வருகிறேன்.

பாலகுமாரன் தன்னுடைய தொடர்கதையை தாய் வார இதழில் எழுத வேண்டும் என நினைத்து வலம்புரிஜானிடம் வந்து பேசிக் கொண்டிருந்தார்.

ஆசிரியர், குமார் என்கிற உதவியாளரை அழைத்து என்னை கூப்பிட்டு வரச் சொன்னார். நான் போய் எதிரில் நின்றேன்.

"ராசி இவர்தான் பாலகுமாரன். நம்முடைய தாய் வார இதழில் கதை எழுதப் போகிறார் அந்தக் கதையை கேட்டுவிட்டு நீங்கள் பதில் சொல்லுங்கள் "என்று சொன்னார்.

ஆசிரியர் முடிவெடுத்துவிட்டால் நேரடியாக தொடர் வெளி வந்து விடும். ஆனால் ஆசிரியர் அப்படிச் செய்யவில்லை. சிறுகதையையும், தொடரையும் பார்த்துக் கொள்கிற பொறுப்பு எனக்கு அப்போது தந்திருப்பதால் நீங்கள் கேளுங்கள் என்று சொன்னார்.

அது அவரின் பெருந்தன்மை.

நான் பாலகுமாரன் கதையைக் கேட்டேன். அவர் மிகச்சிறப்பாக ஒரு கதையைச் சொன்னார்.

ஆனால் அந்தக் கதையை அனுமதிக்க வேண்டாம் என்று கருதினேன். எனவே "வேண்டாம் வேறு ஒரு கதையை நீங்கள் சொல்லுங்கள்" என்று சொன்னேன்.

பாலகுமாரன் திடுக்கிட்டு "ஏன் இந்த கதைக்கு என்ன?" என்று கேட்டார் நான் உடனடியாக சொன்னேன் "இது உங்கள் சொந்தக் கதையாக இருப்பதுபோல் தெரிகிறது. நீங்கள் இதை டைரியில் வேண்டுமானால் எழுதலாம்.

'கை கொடுக்கும் கை' படப்பிடிப்பில் இயக்குனர் மகேந்திரன், நடிகர் ரஜினிகாந்த் ஆகியோருடன்...

ஆனால் பல லட்சம் வாசகர்கள் படிக்கிற ஒரு கதையில் நேர்த்தியான ஒரு அறம் இருக்க வேண்டும்" என்று நான் கருதியதை விளக்கினேன்.

அப்போது நான் சொன்னதை இப்போது நினைத்துப் பார்த்தால் தவறாகக்கூட இருக்கலாம் அல்லது சரியாகவும் இருக்கலாம்.

காரணம் நான் ஜெயகாந்தன், விந்தன், புதுமைப் பித்தன் போன்ற கதைகளைப் பின்பற்றிப் படித்த வாசகர் என்பதால் நான் வாசகர்களுக்குச் சரியான சமூகக் கதைகளை கொடுக்க வேண்டும் என்று கருதினேன்.

இதற்கு வேறு ஒரு காரணமும் இருந்தது.

பாலகுமாரன் திறமை வாய்ந்தவர் என்பதால் அவரிடம் நல்ல கதையை வாங்கி விட வேண்டும் என்று கருதியும் மறுத்தேன்.

மெர்குரிப் பூக்கள் நாவலில் தொழிற்சங்கப் பிரச்சனை, கூலி உயர்வு, சிவப்பு சிந்தனை மேம்பட எழுதியிருப்பார்.

கணேசன் என்கிற கதாபாத்திரத்தை இன்னும் மறக்கமுடியாது. அப்பேர்ப்பட்ட பாலகுமாரன் இரண்டு பெண்களை மையப்படுத்திய ஒரு ஆணின் கதையைச் சொல்கிறாரே.. என்பதுதான்.

பாலகுமாரன் அப்போது இளைஞர்கள் எதிர்பார்த்திருக்கிற ஒரு இலக்கிய எழுத்தாளராக திகழ்ந்தார்.

பாலகுமாரன் நான் சொன்னதை எந்தவிதத்தில் எடுத்துக்கொண்டார் என்று தெரியவில்லை. உடனே ஆசிரியர் அறைக்குச் சென்று அமர்ந்தார்.

என்ன பேசினார் என்று எனக்குத் தெரியாது.

ஆனால் ஆசிரியர் என்னை அறைக்குள் அழைத்து ஒரு காகிதத்தில் "என்றென்றும் அன்புடன் பாலகுமாரன் என்று எழுதி என்னிடம் தந்து "அடுத்த வாரமே இந்த தொடர்கதை வரவேண்டும் என்று நீங்கள் அறிவித்து விடுங்கள்" என்று சொன்னார்.

நான் தயங்கினேன்.

"ராசி நாம் நினைப்பது எல்லாமே வந்துவிட வேண்டும் என்று கருதாதீர்கள்.

எழுத்தாளன் தான் சமூகத்திற்கு என்ன சொல்ல வேண்டும் என நினைக்கிறானோ அதை தடையின்றி சொல்வதும் எழுத்தாளருடைய உரிமை.

நீங்கள் ஏன் தடுக்கிறீர்கள்" என்று கேட்டார்.

இது இன்னொரு மாதிரியான புரிதல் என்பதை உணர்ந்து நான் அமைதியானேன்.

பிற்காலத்தில் இந்த முரண்பட்ட அனுபவமே பாலகுமாரன் அவர்களிடம் என்னை நெருக்கமாக நட்பாக பழக வைத்தது என்று சொல்லலாம்.

பிறகு, 'என்றென்றும் அன்புடன்' வாசகர்களிடம் அமோக வரவேற்பைப் பெற்றது.

ஆசிரியர் பார்த்தீர்களா என்று சொன்னார்.

பாலகுமாரனை உற்றுப்பார்த்து நான் ஒன்று தெரிந்து கொண்டேன்.

வாழ்வியலில் பெண்களின் மன உணர்வுகளைப் புரிந்துகொண்டு அதை எவ்வாறு வெளிப்படுத்துவது என்கிற அற்புதக் கலையை, மனசுக்குள் பேசும் ஒரு மொழியை பாலகுமாரன் கைவரப் பெற்று இருந்தார் என்பதை உணர்ந்து ஆச்சரியமாகப் பார்த்தேன்.

அதன்பிறகு அவர் பின்னால் இருசக்கர வண்டியிலும், பேருந்திலும், காரிலும் பேசிக்கொண்டே பயணப்பட்ட சம்பவங்கள் நிறைய..

ராணிமேரி கல்லூரியில் ஒரு முறை பாலகுமாரனை அழைத்துக்கொண்டு சென்றேன்.

அப்போது வாசகர்களுக்கும், எழுத்தாளர்களுக்கும் நீண்ட இடைவெளி இருந்தது.

எழுத்தாளர்களை நேரடியாக படிப்பவர்களுடன் அமர வைத்து அவர்களின் மனநிலையை புரியவைக்க வேண்டும் என்று கருதினேன்.

அதுதான் பாலகுமாரனை இந்த ராணி மேரி கல்லூரிக்குக் கொண்டு சென்ற கதை.

அதில் ஒரு வேடிக்கையான சம்பவம் நிகழ்ந்தது.

ஜெயகாந்தனைப் போலத்தான் பாலகுமாரன் அரசனைப் போல் கம்பீரமாக அமர்ந்துகொண்டு மாணவிகளைப் பார்த்து "நான் புகை பிடிப்பது வழக்கம். நான் பிடிக்கலாமா" என்று கேட்டார்.

மாணவி ஒருவர் எழுந்து "பிடிக்கக் கூடாது" என்றார்.

"அதனாலென்ன உங்கள் விருப்பம் உங்களுக்கு என் விருப்பம் எனக்கு" என சொல்லி ஒரு இழு இழுத்தார். எல்லோரும் அவரையே பார்த்தார்கள்.

பிறகு என்ன நினைத்தாரோ தெரியவில்லை அதை கீழே போட்டு விட்டு "உங்களுக்கு வேண்டாம் என்றால் விட்டு விடுகிறேன்" என்று அவர் பேசி அந்த அரங்கை தன் கட்டுக்குள் கொண்டுவந்தது ஆச்சரியமான சம்பவம்.

வலம்புரி ஜான் எப்போதும் எழுத்தாளர்களை மதிப்பது தன்னுடைய அடிப்படை வழக்கமாகக் கொண்டிருந்தார்.

ஒருமுறை இயக்குனர் மகேந்திரன் அவர்களை பார்க்கச் சென்றிருந்தேன்.

மகேந்திரன் திரைப்படங்கள் மீது எனக்கு அலாதிப் பிரியம் உண்டு.

முள்ளும் மலரும் காலத்தில் இருந்து தொடர்ச்சியாக அவரோடு பயணித்து அடிக்கடி பேட்டியை போட்டுக் கொண்டிருந்தேன். மகேந்திரன் இல்லத்தில் வழக்கத்திற்கு மாறாக அவர் அமைதியாக இருந்தது போல் எனக்குத் தோன்றியது.

படங்கள் சரியாகப் போகவில்லை. அந்த நேரம்தான் நான் போனது. கலைஞர்களுக்கு இது நிகழும்தானே.

வலம்புரிஜானிடம் சென்று "மகேந்திரன் அவர்களை தாயில் ஒரு தொடர் எழுத வைக்க வேண்டும்" என்றேன்.

"ஏன்?" என்றார்.

"தொடர்ச்சியாக அவர் திரைப்படத்தில் பயணப்பட்டு சிறிது தளர்வாக இருக்கிறார். அவரை நாம் உற்சாகப்படுத்த வேண்டும்" என்றேன்.

உடனே "ஆமாம் எழுத்தாளர்கள் எப்போதும் பின் தங்கி விடக் கூடாது. நாம் நம்பிக்கையான

மனிதர்களாக மாற்ற வேண்டும்" என்று சொல்லி உடனே ஒரு தொகையை எனக்கு அளித்து "அவரிடம் கொடுத்துவிட்டு வாருங்கள்" என்று அனுப்பினார்.

மகேந்திரன் இந்தத் தொகையைக் கொடுத்ததும் "எதற்கு?" என்றார்.

சிரித்துக்கொண்டே "சார் தொடர்கதை" என்று சொன்னேன்.

"சரி நான் எதைப்பற்றி எழுத" என்று கேட்டார்.

"நீங்கள் திரைப்படமாக எடுக்கும் ஒரு கதையைக் கூட தொடராக எழுதலாம்" என்றேன்.

உடனே "மருதாணி" என்ற தலைப்பிட்டு நான் எழுத ஆரம்பிக்கிறேன்" என்றார்.

"இந்த தொடரில் ஒரு ஓவியரை உங்களுக்கு அறிமுகப்படுத்துகிறேன் சார் அவரிடம் நீங்கள் படத்தில் வருவது போன்ற காட்சிகளை சொல்லுங்கள் புதிய கோணங்களில் சினிமாக் காட்சி போல் வரட்டும்" என்றேன்

அந்த ஓவியர்தான் அரஸ்.

ஓவியர் அரஸ்

ஓவியர் கங்கன்

கவிஞர் நா.காமராசன்

அரஸ் பல கோணங்களில் திட்டமிட்டு வரைந்தார். திரைப்படத்தில் வருவது போல் பல கோணங்களில் படம் வரைந்து வாசகர்களை கவர்ந்தார்.

புகழ் பெற்றிருக்கும் நிலையில் ஒருவரை பயன்படுத்திக்கொண்டு உயர்வது அல்ல வாழ்க்கை உயர பயனாக இருப்பதே தனது கொள்கையாக இருந்தவர் வலம்புரிஜான்.

நா.காமராசன் அவர்கள் எங்கெங்கோ இயக்கங்களில் சென்ற போதும்கூட புரட்சித்தலைவர் எம்ஜிஆர் கவனத்திற்கு சென்று மீண்டும் அவர் புத்துணர்ச்சி பெற வேண்டும் என்று நினைத்து தொடர்ச்சியாக பல வாரங்கள் அவருடைய கவிதைகளை படம் வரைந்து சிறப்பாக வெளியிட்டார்.

நா. காமராசன் அவர்களுக்கு ஏதாவது உதவி செய்ய வேண்டும் புரட்சித் தலைவர் என்று கருதிதான் அந்தக் கவிதைகள் வெளியிடப்பட்டது.

அதற்குக் காரணகர்த்தாவாக நானும் இருந்தேன். கடைசியில் வலம்புரிஜான் நோக்கம் நிறைவேறி விட்டது.

புரட்சித் தலைவர் அவருக்கு தமிழ்நாடு கதர் கிராம வாரியம் தலைவராக ஆக்கினார் என்பது வரலாறு.

மரபுக் கவிதையில் கவியரசு கண்ணதாசனுக்கு இணையாக ஒருவர் இருக்கிறார் என்று தேடிக் கண்டுபிடித்தார் வலம்புரிஜான்.

அவர்தான் இளந்தேவன்.

பல கவியரங்குகளில் தலைமையேற்று நடத்த வாய்ப்பு தந்தார் வலம்புரிஜான்.

அதோடு மட்டுமல்ல தொடர்ந்து எழுதவும் வைத்தார்.

இதனுடைய பின்னணியில்தான் ஜெயலலிதா முதல்வர் ஆன பிற்பாடு இளந்தேவன் அவர்களை தன்னுடன் எழுதுவதற்கு வைத்துக் கொண்டார் என்பதுதான் இங்கே சொல்லப்படுகின்ற செய்தி.

இப்படி தேவைப்படுவோருக்கு பயன்படுகிற காற்றாக வலம்புரிஜான் இருந்தார்.

எந்த இடத்திற்குச் சென்றாலும் அங்கே ஒரு புதிய இளைஞர் இளைஞியையோ எழுத்தாற்றல் உள்ளவர் என்று உணர்ந்தால் உடனே கையோடு அவர்களின் படைப்பை எடுத்துக் கொண்டு வந்து பிரசுரித்து விடுவார்.

எல்லோரும் பத்திரிகையை அரசியலுக்குப் பயன்படுத்திக் கொண்டிருந்தார்கள்.

ஆனால் வலம்புரிஜான் அரசியலை திணிக்கவில்லை.

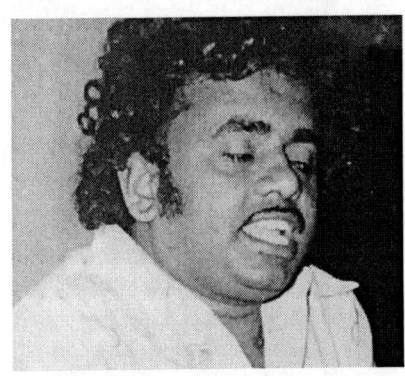

கவிஞர் இளந்தேவன்

அதற்குக் காரணம் புரட்சித்தலைவர் எம் ஜி ஆர் வலம்புரியாருக்கு கொடுத்த சுதந்திரம், நம்பிக்கை, உரிமை.

அந்த காலகட்டத்தில் பல்வேறு இதழ்கள் வெளிவந்து கொண்டிருந்தன.

ஆனால் குறிப்பாக கிராமத்து இளைஞர்களால் பெரிதும் பாராட்டப்பட, விரும்புவதற்கு காரணம் வலம்புரிஜான் அவர்கள் கையாண்ட நேர்த்தி.

இளைஞர்களின் எண்ணங்களை மதித்த விதம்.

முற்போக்கு எண்ணம் கொண்ட இந்த தாய் வார இதழில் ஆன்மீகம் வருவது பலருக்கும் நெருடலை ஏற்படுத்தியது. அதிலும், அதில் தவறாமல் இடம் பெற்ற ஜோசியம். நம்புங்கள் நாராயணன்.

இனி வருவது எல்லாம் நல்ல காலம்தான்

தாய் வார இதழில் நம்புங்கள் நாராயணன் என்ற ஒரு பகுதி மிகவும் பிரசித்தியாக அந்த காலத்தில் இருந்தது.

திராவிட இயக்க பாரம்பரியத்தில் வந்த பத்திரிகைகளில் இப்படி நம்பிக்கை சார்ந்த, ஜோசியம் சார்ந்த பகுதிகள் வருவது என்பது பகுத்தறிவும் முற்போக்கு சிந்தனையும் கொண்ட வாசகர்களிடையே மிகப்பெரிய கவலையையும், அச்சத்தையும் எழுப்பியது.

ஆனால் இதைப் பற்றியெல்லாம் கவலைப்படாமல் வலம்புரிஜான் அவர்கள் அந்த பகுதிக்கு முக்கியம் கொடுத்து வெளியிட்டிருந்தார்கள்.

தாய் இதழில் மூன்று பக்கம் அந்த ஜோசியப் பகுதி வரும் .

எல்லா ராசிகளுக்கும் ஒருவாரத்திற்கு என்ன நடக்கப் போகிறது என்று முன்கூட்டியே அவர் எழுதியிருந்தார்.

'நம்புங்கள் நாராயணன்' என்ற ஒரு பகுதி பெண்களாலும், மக்களில் பலராலும் வரவேற்கப்பட்டது.

சொன்னதெல்லாம் நடக்கிறது என்று சொல்லி நிறைய வாசகர் கடிதம் எல்லாம் அப்போது வந்தது.

'நம்புங்கள் நாராயணன்' என்ற பெயர் எப்படி வந்தது என்று பார்த்தால் அதுவே ஒரு வேடிக்கையான சம்பவம் தான்.

நாராயண அய்யர்.

அவர் ராமநாதபுரத்தில் பிறந்தவர்.

அவர் மத்திய அரசு பணியில் இருந்தவர்.

58 வயது வரை பணியாற்றி ஓய்வு பெற்றவர்.

ஏன் வலம்புரி ஜான் அவர்கள் நாராயணனை 'நம்புங்கள் நாராயணன்' என்று தலைப்பிட்டு அந்தப் பகுதியை வெளியிட்டார் என்பதற்கு ஒரு சுவாரசியமான ஒரு கதையும் இருக்கிறது.

நாராயணன் அவர்கள் 'அலை ஓசை' நாளிதழில் 1980 பிப்ரவரி 7 புரட்சித்தலைவர் எம்ஜிஆர் உடைய ஆட்சி கவிழும் என்று ஜோசியம் கணித்து வெளியிட்டார்.

அதேபோல் தன்னுடைய அமைச்சரவை கலைக்கப்பட்டது.

இதைப்பார்த்து ஆச்சர்யமடைந்த எம்ஜிஆர் அவர்கள் நாராயணனை தோட்டத்திற்கு அழைத்து "எப்படி நீங்கள் முன்கூட்டியே கணித்தீர்கள்" என்று கேட்டார்.

நாராயணன் அவர்கள் எண் கணித ஜோதிடத்தில் மிகவும் ஆய்வு செய்து இன்று இந்த காரணத்தினால் இந்த ஆட்சி கவிழும் என்று கணித்து எழுதினேன் என்று சொன்னார்.

எம்ஜிஆர் அசந்து போனார்.

நம்புங்கள் நாராயணன்

இந்த சம்பவம் வார்த்தைச் சித்தர் வலம்புரி ஜான் அவர்களை நெகிழ வைத்தது.

அந்த வியப்பும், எண்ணமும் 'நம்புங்கள் நாராயணன்'.

என்று தலைப்பிட்டு தாய் வார இதழில் மூன்று பக்கம் ஒதுக்கி தொடர்ந்து தாய் வழியில் அவரை எழுத வைத்தார்.

அந்த எழுத்துக்கள் மக்களால் பெரிதும் வரவேற்கப்பட்டதுதான்.

சொல்வது நிஜமாக நடக்கிறது என்று வாசகர்கள் பெரும்பாலும் நம்பி கடிதங்கள் எழுத ஆரம்பித்தார்கள்.

வலம்புரி ஜான் அவர்களுக்கு ஜோசியத்தின் மீது மிகப்பெரிய பரிச்சயமும், ஆர்வமும் உண்டு.

அதில் ஆய்வு செய்திருக்கிறார்.

ஜோசியத்தை பல பேருக்கு சொன்ன வழக்கமும் இருந்திருக்கிறது.

நாராயணன் குடும்பத்தை ஆச்சரியமாக பார்க்க வைக்க இன்னொரு சம்பவம் இருக்கிறது.

அவருடைய தந்தையார் ராமகிருஷ்ண அய்யர் அவர் இராமநாதபுரம் சுவார்ட்ஸ் ஸ்கூல் கணித ஆசிரியர்.

அப்துல் கலாம் அவரிடம்தான் மாணவராக பயின்றார்.

பின்னாளில் தன்னுடைய நூலில் ராமகிருஷ்ணர் கணித அறிவைப் பற்றியும் எண் கணித ஜோதிடம் பற்றியும் அப்துல்கலாம் குறிப்பிட்டிருந்தது மிகவும் விசேடமானது.

நம்புங்கள் நாராயணன் மிகப் பிரபலம் ஆன பிற்பாடு பிரபலங்களுக்கு ஜோசியம் சொல்ல ஆரம்பித்தார் .

இந்தியாவைத் தாண்டி அமெரிக்க அதிபர் தேர்தலிலும் இவர் தான் வெற்றி பெறுவார் என்று சொல்லி நிகழ்ந்த சம்பவங்களும் உண்டு என்று சொல்பவர்களும் இருக்கிறார்கள்.

வலம்புரி ஜான் அவர்கள் நாராயணனை அலுவலகத்திற்கு அழைத்து பலசமயம் விவாதித்தும் அவரிடம் கற்றுக் கொண்ட சம்பவங்களும் இருக்கிறது .

நம்புங்கள் நாராயணன் எழுதித் தருவது கடைசி நேரத்தில்தான் வரும்.

வந்ததும் ஏதோ பெரிய பொக்கிஷம் வந்துவிட்டது என்பது போன்ற பரபரப்பு... ஒரு ஐந்தாறு பக்கம் நாராயணன் ஜோசியத்தை பற்றி எழுதி இருப்பார்கள்.

அது முதலில் வலம்புரிஜான் அவர்களுக்குச் செல்லும்.

அவர் பார்த்த திருப்தியுடன் கையெழுத்து போட்ட பிற்பாடு சகாயம் அவர்களுக்கு சேர்ந்துவிடும்.

சகாயத்திற்கு அந்த பகுதி வரும் போது மட்டும் ஏதோ இரண்டு கொம்பு முளைத்து விட்டது போலவும், ஆகாயத்தில் பறக்கிற சக்தி வந்துவிட்டது போலவும் சுறுசுறுப்பாக ஒவ்வொரு பக்கத்தையும் ஒவ்வொரு நபரிடம் கொடுத்து கம்போசிங. செய்ய வைப்பார்.

சுறுசுறுப்பாக இருப்பார். யாரிடமும் பேசமாட்டார்.

அந்தப் பகுதியைப் பிரித்தெடுத்து அதை அச்சுக்கு ஏற்றுவது வரை அலுவலகம் பரபரப்பாகி விடும்.

அதற்குக் காரணம் தமிழகம் தாண்டிய வாசகர்களால் அது நம்பப்பட்டதும், இதில் எழுதுவது அப்படியே நடக்கிறது என்ற பொதுவெளிக் கருத்தும் தான் என்று நான் கருதுகிறேன்.

அது தொடர்ந்து 10 ஆண்டுகள் வெளிவந்தது.

நாராயணன் அவர்களை தாய் வார இதழ் அலுவலகத்திற்கு அடிக்கடி வரவழைத்து வலம்புரிஜான் அவர்கள் விவாதம் செய்வதும், அவர்களிடமிருந்து கற்றுக் கொள்வதும், பின்னாளில் அவரே எண் கணித ஜோதிடம் கருத்து சொல்வதற்கு காரணமாக அமைந்தது என்று நான் கருதுகிறேன்.

நாராயணன் பார்ப்பதற்கு எளிமையாகத் தான் இருப்பார்.

அவருக்கு ஒரு பழக்கம் உண்டு.

தபால்தலைகளை சேர்த்து வைத்திருப்பார்.

எல்லா வெளிநாட்டு பணத்தையும் சேர்த்து வைத்துக்கொண்டு அழகு பார்ப்பார். சேகரிப்பில் விருப்பம் அவருக்கு உண்டு.

நாராயணனைப் பற்றி பலரும் பலவிதமாகச் சொல்லுவார்கள்.

அமெரிக்க அதிபர் இவர் தான் வருவார் என்று சொன்னதும் நடந்திருக்கிறது.

தமிழகத்தில் இவர் ஆட்சிக்கு வருவார் என்று சொன்னதும் நடந்திருக்கிறது .

இன்னும் பல பிரபலங்களுக்கு முன்கூட்டியே சொன்னதும் நடந்திருக்கிறது என்று சொல்வார்கள்.

இளம் வயதில் ஒரு பிரச்சனையில் தனக்கு ஆபரேஷன் செய்ய வந்த டாக்டரையே 'நாளைக்கு உங்களுக்கு ஆபரேஷன்' என்று தன்னிடம் சொன்னபோது 'நீங்கள் இரவு இரண்டு மணிக்கு இறந்துவிடுவீர்கள்', 'எப்படி

எனக்கு ஆப்பரேஷன் செய்வீர்கள்' என்று கேட்டு ஆச்சரியப்படுத்தியது.

அதேபோல் அவர் இறந்துவிட்ட நிகழ்ச்சியையும் அவரே வியந்து சொல்கிறார்.

ஒரு பக்கம் புதிய புதிய படைப்பாளிகளை வளர்த்து விடுவதும், சமூக கலாச்சார அரசியல் குறித்த பேட்டிகள் ஒருபக்கம் புதுமையாக எடுப்பதும் மட்டுமல்லாமல் பெருவாரியான பொது மக்களிடம் இருந்த இந்த ஜோசியம் குறித்து கருத்துக்களும் சேர்ந்துகொள்ள தாய் வாரஇதழ் லட்சக்கணக்கான மக்களை ஈர்த்தது.

இதன் விளைவு ஆசிரியர் வெளியூருக்குச் செல்லும் போது இப்படியான எண்ணம் கொண்டவர்கள் தாய் இதழில் புகுந்து விளம்பரமாக வெளியே வந்து விடுவார்கள்.

அப்படித்தான் திருச்சியில் சிவசங்கரி என்கிற ஒரு பெண்மணி அடிக்கடி ஜோசியம் சொல்லிச் சொல்லி இதில் எழுதுகிற நிகழ்வுகளும் கூடியிருக்கிறது.

இவர் எப்படி உள்ளே வந்தார் என்றால் அதற்கு தொடர்ந்து படித்து வாசகர் கடிதம் எழுதி வலம்புரிஜான் மனதில் நிலைகொண்டிருந்த காளிங்கராயன் மணப்பாறையில் இருந்தவர்.

அவருடைய துணைவியார் தான் திருச்சி சிவசங்கரி .

அந்த ஜோசியர்கள் அவ்வப்போது வந்தது எல்லோருடைய கவனத்தையும் ஈர்த்தது.

திராவிடச் சிந்தனையோடு தாய் வார இதழ் எம்ஜிஆர் உடைய பத்திரிகை என்றாலும், முதல் இதழ் எந்த படம் தாங்கிக் கொண்டு வந்தது தெரியுமா?

தாய்மூகாம்பிகை அட்டைப்படம் கொண்டு தான்.

அதுமட்டுமல்ல வலம்புரிஜான் ஒரு கிருத்துவர் ஆனாலும் கூட, பலரையும் சந்திப்பதுண்டு.

ஜெயேந்திரர் பார்வையில்
தாய் இதழ்

காஞ்சி சங்கராச்சாரியார் பெரியவர் சந்திரசேகர். அவர் ஒருமுறை காஞ்சிபுரத்திலிருந்துகாசிவரை யாத்திரை சென்றார்.

அப்போது ஒரு ஏழெட்டு இடங்களில் பல முறை அவர்களைச் சந்தித்து அவருடன் நடந்து சென்ற அனுபவங்களை அதில் பதிந்துவைத்திருக்கிறார்.

அந்த நிகழ்வுகளின் சாராம்சமாகத் தான் 'சொர்க்கத்தில் ஒருநாள்' என்ற தொடரை அவர் எழுதினார்.

அந்த பெரியவர் ஒரு மகான் என்பதற்கான எந்த அடையாளமும் இல்லாமல் சாதாரணமாக அன்பு நேயத்தோடு சென்றார் என்பது சொர்க்கத்தில் ஒரு நாளில் படித்தவர்களுக்கு புரிபடும்.

அப்படி ஒருமுறை வலம்புரிஜான் அவர்களோடு குல்பர்கா வரை சென்ற அனுபவத்தைச் சொல்கிறார் தாய் பிரபு.

வலம்புரி ஜான் அவர்கள் இளம் வயதிலேயே பாராளுமன்ற ராஜ்யசபா உறுப்பினராக இருந்தார். பிறகு எம்ஜிஆர் அவர்களால் எம்எல்சி ஆனார். எம்ஜியாரால் மறுபடியும் ராஜ்யசபா உறுப்பினராக வலம்புரிஜான் அவர்கள் இருந்தார்கள்.

இந்த உயர்வு பேரறிஞர் அண்ணாவைப் போல் வார்த்தைச் சித்தர் வலம்புரிஜான் அவர்கள் அடுக்கு

மொழிகளில் வாதாடுவதில் மிகவும் பிரசித்தி பெற்றவர்.

பாராளுமன்றத்தில் ஆங்கிலத்திலும், தமிழிலும் அடுக்கு மொழியில் பேசியது அந்த பாராளுமன்ற குறிப்பேடுகளில் இப்போதும் பதிந்திருக்கிறது.

வருடத்தின் துவக்க நாள். தீபாவளி, பொங்கல் இப்படி நல்ல நாட்களில் நினைத்த போது ஒரு காரை எடுத்துக் கொண்டு தாய்முகாம்பிகை பார்க்கச் சென்று விடுவார்.

இப்பொழுது நிறைய வசதி இருக்கிறது. தங்குமிடங்கள் இருக்கிறது. நல்ல உணவுகள் இருக்கிறது. ஆனால் அப்போது அப்படி வசதி இல்லை.

அந்த சமயத்தில் இங்கே மூகாம்பிகை கோயிலில் இருந்த கணேஷ்பட் என்பவர்தான் வலம்புரிஜான் அவர்களை நல்லவிதமாக பார்த்துக்கொள்வார்.

காஞ்சிப் பெரியவர் சந்திரசேகரர் அவருடைய தொடர் பயணத்தின்போது வந்தது தான் சொர்க்கத்தில் ஒரு நாள்.

இது தான் பின்னாளில் புத்தகமாக வந்தது.

புரட்சித்தலைவர் எம்ஜிஆர் அவர்கள் அடிக்கடி மூகாம்பிகை செல்வார்.

அதேபோல் வலம்புரிஜான் சென்று வந்த அனுபவங்களை 'அந்தக இரவில் சந்தன மின்னல்' என்ற ஒரு தொடரை எழுதினார். பின்னாளில் அது புத்தகமாகவும் வந்தது.

அது என்ன அந்தகம் என்கிற சொல்?

அந்தகம் என்கிற சொல் புழக்கத்தில் இல்லாதது. ஒரு புதிய சொல்லாட்சி.

எல்லோரும் அவரைக் கேட்டார்கள்.

அந்தகம் என்றால் என்ன ?

அதற்கு அவர் சொன்னார்.

அந்தகம் என்றால் கும்மிருட்டு.

அழகான அடர்த்தியான இருள் என்று அவர் விளக்கம் சொன்னார்.

இந்த தலைப்பில் நான் 'கும்மிருட்டு' என்று ஒரு கவிதை நூல் எழுதி இருக்கிறேன்.

சரி அந்தகம் என்றால் கும்மிருட்டு.

அது என்ன சந்தன மின்னல் என்றால் அந்த கொல்லூர் மூகாம்பிகை முன்பு உள்ள லிங்கத் திருமேனி மீது ஒரு மின்னல் கீற்று போல் ஒரு ஒளி இருக்கும். அதைக் குறிக்கும் வகையில் இவர் அந்தக இரவில் சந்தன மின்னல் என்று வியந்தும் மகிழ்ந்தும் எழுதியதாகச் சொன்னார்.

இது மிகப் பிரபலமான தொடராக வந்து பின்னாளில் புத்தகமாக வந்தது.

அதுமட்டுமல்ல ஆண்டாளுடைய திருப்பாவை பற்றியும் அவர் ஆங்கிலத்திலும் தமிழிலும் எழுதி இருக்கிறார்.

அதுவும் எல்லோராலும் கவனிக்கப்பட்டது .

ஏன் இப்படி இந்து மதத்தின் மேலும் இந்து மதம் சார்ந்த கொள்கைகளின் மேலும் விருப்பம் அதிகமாக இருந்தது என்று அவரை பலர் கேட்கிறபோது அவர் சொன்னார்.

மதமல்ல முக்கியம் அறநெறிப் பார்வையும் மனிதப் பொதுமறையும் எங்கெல்லாம் இருக்கிறதோ அதை உள்வாங்கிக் கொண்டு பயணிக்க வேண்டும்.

அந்த வகையில் நான் பொதுவெளியில் ஒரு மனிதனாக இருந்து எல்லாவற்றையும் பொதுப் படையாக பார்க்கிறேன் என்று தன்னுடைய

எண்ணத்தை வெளிப்படுத்தினார்.

பிற்பாடு இளையராஜா அவர்கள் அதிகமாக கொல்லூர் மூகாம்பிகை கோயில் சென்றார்கள்.

பின்னால் நடிகர் தியாகராஜன், எனப் பலரும் செல்லத் துவங்கினார்கள்.

தாய்முகாம்பிகை என்பது பொதுமக்களால் பெரும்பாலும் கையெடுத்துக் கும்பிட்டு பின் செல்ல வேண்டிய ஒரு மிக உயர்ந்த இடம் என்பது காலக் கணிப்பு ஆகிவிட்டது.

இந்த ஜோசியம் குறித்து சொல்லுகிற போது அவர் கிளி ஜோசியம் பார்க்கிறவனைப் பற்றி அதிகமாக மேடைகளில் பேசியதையும் இங்கே சொல்ல வேண்டியிருக்கிறது.

கிளி ஜோசியக்காரன் மட்டும் தான் வாழ்க்கையில் நீ முன்னேறுவாய் நல்லபடி வருவாய். உனக்கு நல்ல நேரம் இருக்கிறது என்று திடமாக மற்றவனுக்குச் சொல்கிறான்.

எல்லோரும் அவநம்பிக்கையை விதைக்கிறார்கள். கிளி ஜோசியக்காரன் மட்டும்தான் நம்பிக்கை விதைக்கிறான்.

அவனை நாம் மூட நம்பிக்கைக்காரன் என்று விமர்சிக்கிறோம்.

ஆனால் அவன் ஐந்து ரூபாய் வாங்கிக் கொண்டு எதிரில் இருப்பவரை உனக்கு கஷ்ட காலம் நீங்கிவிட்டது. இனி வருவது நல்ல காலம் என்ற நம்பிக்கையைத் தருகிறானே அந்த நம்பிக்கை என்பது ஒரு மனிதனுக்கு அடிப்படைத் தேவை.

அதை கிளி ஜோசியக்காரன் தருகிறான்.

எனவே தான் அவனை உயர்ந்தவன் என்று

சொல்கிறேன் என்பார்.

வலம்புரிஜானை விமர்சிப்பவர்கள் ஏராளம்.

ஆனால் உறுதியாகச் சொல்லலாம்.

ஒருமுறை அவரைச் சந்தித்துவிட்டால் சிறிது திறமை இருப்பினும் அவரை உயர்ந்த புகழ் வெளிச்சத்திற்கு வரக்கூடிய அளவிற்கு தலையில் தூக்கி வைத்துக் கொண்டாடுவார். பாராட்டி அனுப்புவார்.

எல்லை தாண்டிய ராஜாளிப் பறவை

இப்போதும் நினைவிருக்கிறது கோவை கிருஷ்ண குமார் என்கிற துடிப்பான இளைஞர். அவர் அப்போது கோயம்புத்தூர் கல்லூரியில் மாணவர் தலைவராக இருந்தார்.

அவர் வார்த்தைச் சித்தர் வலம்புரிஜான் மீது அதிக அன்பு கொண்டிருந்தார்.

சொல்லப்போனால் அவருடைய மாணவர் போலவே கடைசி வரை நடந்து கொண்டிருந்தார்.

வலம்புரி ஜான் கல்லறையை அழகிய சலவைக் கல்லால் கட்டி மரியாதை செய்தார்.

அதோடு தொடர்ந்து பல ஆண்டுகள் அவருடைய பிறந்த நாள் நினைவு நாளில் ஒன்று கூடுவோம்.

அவர்தான் முன்னின்று செய்வார்.

வலம்புரிஜான் தாய் வார இதழ் சார்பாக 100 இடங்களில் பாரதி விழாக்களை நடத்த திட்டமிட்டு செயல்படுத்தினார்.

அப்பொழுது கோயம்புத்தூர் பகுதியில் கிருஷ்ண குமார் பெரிய அளவில் உதவி செய்தார்.

கூடவே முகமது யாசின், மீனாட்சிசுந்தரம், சினிமா விநியோகஸ்தராகவும் 'தாய்' ஏஜெண்ட்டாகவும் தியேட்டர் நடத்திக்கொண்டிருந்த நடராஜன் இவர்களெல்லாம் கோயம்புத்தூரில் பாரதி விழா நடத்துவதற்கு காரணகர்த்தாக்கள்.

கிருஷ்ணா ஸ்வீட்ஸ் முரளி அப்போதே இதில் இணைந்து கொண்டார்.

பாரதி விழாவை ஏன் சிறப்பாக நடத்த வேண்டும் என்றால் வார்த்தைச் சித்தர் வலம்புரிஜான் அவர்களுக்கு பாரதி மேல் இனம் புரியாத ஒரு பற்று இருந்தது.

பாரதி ஒருவன் தான் எல்லா எல்லைகளையும் கடந்து, எல்லா மதங்களையும் கடந்து மனித மனங்களை மேம்படுத்தி பாட்டுக் கோட்டை கட்டியவன் என்று முழுமையாக நம்பினார்.

அதற்கு சிறப்பு சேர்க்கும் வகையில் தான் ஒரு புத்தகம் எழுத வேண்டும் என்று கருதினார்.

அதன் விளைவுதான் "பாரதி ஒரு பார்வை " என்று அவர் எழுதியது.

அந்த நூல் எழுதுவதற்கு முன்பாக இது ஏற்கனவே வந்த பாரதி நூல்போல் இருக்கக் கூடாது என்று கருதி வேறுவிதமான அணுகுமுறையை கையாள வேண்டும் என்று என்னையும், பிரபுவையும் அழைத்துச் சொன்னார்.

நானும் அவரும் திருவல்லிக்கேணி பாரதியார் இல்லத்தில் சென்று யாராவது பாரதி பிரியர்கள் இருக்கிறார்களா என்று அலசி ஆராய்ந்ததில் கிடைத்த மகா பெரியவர்தான் சீனி விசுவநாதன், மகாலிங்கம்..

மகாலிங்கம் ஐயாவைப் பற்றி சொல்லவேண்டு மென்றால் நேரம் போதாது.

பாரதி காவலர் ராமமூர்த்தி

சீனி விசுவநாதன்

இப்போது சைதாப்பேட்டை தேரடி வீதியில் ரயில்வே ட்ராக் அருகில் ஒரு நூல் நிலையம் இருக்கிறது. அது காந்தி நூல் நிலையம். அவரின் சிறப்பு இன்னும் அதை நடத்திக் கொண்டு வருவதுதான்.

அவரை ஒரு அதிகாலை டிரெயினில் சென்று சைதாப்பேட்டையில் தேடிக் கண்டுபிடித்து அழைத்துக் கொண்டு போய் சேர்த்தோம்.

பல சந்திப்புகள். பல தகவல்களை அவர் சொன்னார்.

பிறகு பாரதி காவலர் ராமமூர்த்தி எங்களுக்கு கிடைத்தார். பலமுறை அவரும் சந்தித்தார்.

இவ்வாறு பல அறிஞர் பெருமக்களை கொண்டுவந்து சேர்ப்பது மட்டுமல்லாமல் அவரோடு வலம்புரிஜான் அவர்கள் உரையாடி தெளிவு கண்டு பாரதி ஒரு பார்வை என்ற நூலை எழுத ஆரம்பித்தார்.

இதில் ஒரு வேடிக்கை என்னவென்றால் வலம்புரிஜான் அவர்கள் சொல்லச் சொல்ல நாங்கள் ஒரு பேப்பரில் எழுதிக் கொள்வதுதான்.

ஒரு சில மணி நேரம் என்னிடம் சொல்வார். நான் அதை எழுதிக் கொண்டு போய் கம்போசிங்கில் கொடுப்பேன்.

பிறகு தாய் பிரபுவை அழைத்துச் சொல்வார். அவரும் அதே போல் எழுதி எடுத்துக்கொண்டு போய் தருவார்.

எல்லோரும் வேலை முடித்து விட்டு செல்வார்கள்.

அதன்பின் அலுவலகத்தில் இரவெல்லாம் தங்கி பிழை திருத்தி அங்கேயே நியூஸ் பிரிண்ட் பேப்பரை விரித்து படுத்து உறங்குவோம்.

பிரிண்டிங் பிரஸ்ஸில் தலைமை பிரிண்டர் ராதாகிருஷ்ணன் இரவில் தூங்காமல் திருத்தும் எங்களைப் பார்த்து டீ எல்லாம் வாங்கிக் கொடுப்பார்.

செம ஸ்ட்ரிக்ட் பார்ட்டி அவர். கம்போசிங் செய்வது சகாயம்.

கிட்டத்தட்ட நானூறு பக்கங்கள் அளவில் இந்த "பாரதி ஒரு பார்வை, நூல் வெளிவந்தது. அந்த நூல் எல்லோராலும் பேசப்பட்டது.

"பாரதி ஒரு பார்வை" அவருடைய எழுத்துக்களில் மகுடம் என்று இன்றும் சொல்வேன்.

எப்போதும் தன்னை மிகவும் உயர்ந்த இடத்தில் வைத்துப் பேசுவார் வலம்புரிஜான்.

தன்னை எழுத்துச் சக்கரவர்த்தி என்று தான் அழைத்துக் கொள்வார்.

நீங்கள் எல்லாம் சிற்றரசர்கள் என்று சொல்வார். கவியரசு கண்ணதாசனைப் போன்ற மிக உயர்ந்த குழந்தை மனம் கொண்டவர் வலம்புரிஜான்.

ஒரு முக்கியமான சம்பவத்தை இங்கே சொல்ல வேண்டும் என்று கருதுகிறேன்.

வலம்புரிஜான் பல நாடுகளுக்குச் சென்று வந்த போதிலும் சோவியத் ரஷ்யாவில் சென்று பேச

வேண்டும் பார்க்க வேண்டுமென்று அளப்பரிய ஆர்வம் கொண்டிருந்தார்.

அதற்கான வாய்ப்பு அவருக்கு கிடைக்கவில்லை.

அப்போது நான் சோவியத் கலாசாரக் கழகத்திலும், புஷ்கின் இலக்கியப் பேரவையிலும் பங்கு கொண்டிருந்தேன்.

எனக்கு முன்பாக என்னுடைய நண்பர் நவாப்ஜான் சோவியத் நாட்டுக்குச் சென்று வந்தார்.

எனவே அடுத்த கட்டமாக என்னை அனுப்ப வேண்டும் என்று அங்கே தங்கப்பன் அவர்கள் முடிவு செய்து என்னுடைய விவரங்கள் வேண்டும் என்று கேட்டார்.

எனக்குப் பதிலாக என்னுடைய ஆசிரியர் வலம்புரிஜான் அவர்களை அனுப்புங்கள்.

தகுதியானவர். தமிழ் அறிஞர். அவர் சோவியத் நாட்டுக்குச் சென்று வந்தால் பல நல்ல செய்திகளை தமிழுக்குத் தருவார் என்று நான் சொன்னேன்.

அவர் தயங்கினார். நீ ஒரு கவிஞன். ஒரு எழுத்தாளன் ஒரு இளைஞன் நீ போய் சென்று வருவது நல்லது என்று கருதுகிறோம் என்று சொன்னார்.

நான் இறுதிவரை வேண்டாம் என்று சொல்லி, வலம்புரிஜான் அவர்களின் சுயகுறிப்பை எடுத்துக் கொண்டு போய் புகைப்படத்தோடு தங்கப்பன் இடம் தந்து அங்கிருக்கும் சோவியத் தூதரிடமும் பரிந்துரை செய்தேன்.தாய் பிரபுவையும் அழைத்துச் சென்று வலம்புரிஜான் செல்வதால் உண்டாகும் பயன்கள் பற்றிப் பேசினோம்.

புஷ்கின் இலக்கியப் பேரவை சலாவுதீன் அவர்களும் பரிந்துரை செய்தார்கள்.

ஒரு நாள் இரவு வலம்புரிஜான் அவர்கள் சோவியத் நாட்டிற்கு பறந்து சென்றார்கள்.

மனைவி திருமதி பானுவுடன் ஆசிரியர் வலம்புரி ஜான்

சென்னை விமானநிலையத்தில் ஆசிரியர் குழுவினர்

அங்கிருந்து எனக்கும் பிரபுவுக்கும் கடிதம் எழுதினார். அது ஒரு இலக்கியக் கூடு.

சோவியத் நாடு பயணம் முடிந்து சென்னை விமான நிலையத்திற்கு வரவேற்க தாய் அலுவலகமே ஒன்றுதிரண்டு நின்றது.

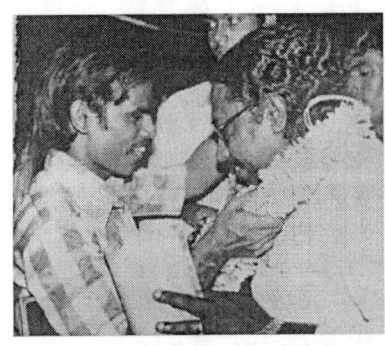 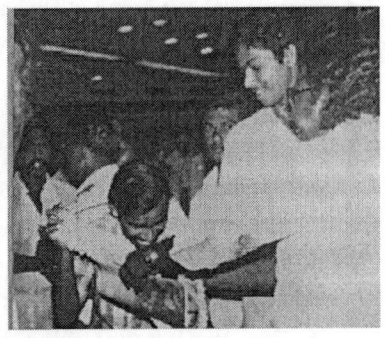

சோவியத் பயணம் முடிந்து திரும்பியபோது

கூடவே விஜிபி சந்தோஷம், ஆணழகன் சிதம்பரம், கபிஸ்தலம் ஆசா ஆகியோர் இணைந்துகொண்டார்கள்.

இலக்கிய புரவலர்களும் காத்திருந்தார்கள்.

விமான நிலையத்திலிருந்து வலம்புரி ஜான் தமிழ் மிடுக்கோடு நடந்து வந்தார்.

அவரைப் பார்த்து அனைவரும் வணங்கினோம்.

எல்லோரும் அவருக்கு மாலை போட்டு வரவேற்றார்கள்.

திடீரென்று ஒரு மாலையை எடுத்து என் கழுத்தில் போட்டு சோவியத் பயணத்திற்கு நீ தான் காரணம் என்று சொல்லி வலம்புரிஜான் கைகுலுக்குகிறார்.

எனக்கு மிகவும் சங்கோஜமாக இருந்தது.

"இது எதற்கு சார் என்னை மதித்து வேலை தந்தவர் நீங்கள்" என்றேன்.

"அப்படியல்ல. உன்னுடைய எண்ணம் எவருக்கு வரும்" என்று கைப்பிடிக்கிறார்.

எனக்கு ஒன்றும் அப்படிப் பெரிதாகச்செய்து விட்டதாகத் தோன்றவில்லை.

தகுதியுடையோர் தகுதியுடைய இடத்துக்குச் செல்வது சிறப்பு என்று கருதினேன். ஆனால் வலம்புரிஜான் ஒரு உணர்ச்சிக் குவியல். கரை போட இயலா காலக் காட்டாறு.

பிறகு வலம்புரிஜான் தொடர்ச்சியாக தன்னுடைய இலக்கியப் பணிகளை செய்வதும், பயணங்களின் நடுவே புத்தகங்களை வைத்துக்கொண்டு படிப்பதுமாக வாழ்க்கையை நகர்த்திக் கொண்டிருந்தார்.

ஒன்றை இந்த சமயத்தில் குறிப்பிடுவது அவசியம் என்று கருதுகிறேன்.

செல்வி ஜெயலலிதா அவர்கள் அண்ணா திமுகவின் கொள்கை பரப்புச் செயலாளராக அறிமுகப் படுத்துவற்கு முன்பாகவே அவரை தயார் படுத்துவதற்காக புரட்சித்தலைவர் எம்ஜிஆர் அவர்கள் வலம்புரிஜானை நியமித்தார் என்பது எத்தனை பேருக்குத் தெரியும்.

தொடர்ந்து பல செயல்களுக்கும், அறிக்கைகளுக்கும் அவர் மூலகாரணமாக இருந்தார் என்பதுதான் உண்மை.

அதன் விளைவாக அவர் மேலவை உறுப்பினர் ஆனதற்கும் பாராளுமன்ற ராஜ்யசபா உறுப்பினர் ஆனதற்கும் காரணம் இந்தச் சூழல் தான் என்பதை நினைவில் கொள்ள வேண்டும்.

செல்வி ஜெயலலிதா அவர்கள் வலம்புரிஜானுக்கு செய்த மிகப்பெரிய நன்றியும் இதுதான்.

புரட்சித் தலைவர் அவர்கள் தமிழ் உணர்ந்த தமிழ் இதயத்தை சரியான இடத்தில், சரியான நேரத்தில் உயர்த்தி வைப்பதில் சிறந்தவர் என்பதை இப்போதும் நிரூபித்தார்.

பின்னாளில் வலம்புரிஜானுக்கும் செல்வி ஜெயலலிதா அவர்களுக்கும் சரியான புரிதல்

சிந்துபாஸ்கர்

இல்லாமல் இடைவெளி யானது எல்லோருக்கும் தெரிந்த கதை.

இன்னொரு சம்பவம்.

'உதயம் 'கையெழுத்துப் பத்திரிகையை நடத்திக் கொண்டு இருந்தவர்தான் சிந்து பாஸ்கர்.

அவர் இப்போது "கட்டுமானதொழில்" என்ற இதழைகடந்த 22 வருடமாக சிறப்பாக நடத்திக் கொண்டு வருகிறார்.

அவர் ஒரு காலத்தில் தஞ்சாவூர் பூண்டி புஷ்பம் கல்லூரியில் படித்துக் கொண்டிருந்தார்.

வலம்புரிஜான் அந்தக் கல்லூரிக்குச் சென்றபோது சிந்து பாஸ்கர் சந்தித்துப் பேசினார்.

என்னவோ தெரியவில்லை அவர் மேல் அவருக்கு ஈர்ப்பு ஏற்பட்டது.

சென்னை வரும்போது வாருங்கள் என்று அழைத்தார்.

ஒருமுறை அப்படி வருகிற போது ராஜேஷ்குமாரின் '137 ஆவது பச்சைக்கிளி' என்ற கதைக்கு படம் வரைந்து கொடு என்று சொன்னார்.

சொல்லும் போது கூடவே இன்னொன்றும் சொன்னார்.

"நீங்கள் ஓவிய அறைக்குச் சென்று படம் வரைந்து விட்டு வாருங்கள். யாரிடமும் பேசி விடாதீர்கள்" என்றார்.

இந்த சூட்சுமம் சிந்து பாஸ்கருக்கு தெரிந்திருக்க வாய்ப்பில்லை.

ராசி அழகப்பன் ♦ 97

படம் வரைந்து விட்டு அருகில் இருந்த மூத்த ஓவியரிடம் எப்படி இருக்கிறது என்று கேட்டார்.

அவர்கள் வழக்கம்போல "இது மிகவும் சுமாராக இருக்கிறது. சரி இல்லை" என்று சொல்லி விட்டார்கள்.

இதைக் கேள்விப்பட்ட வலம்புரிஜான் அவர்கள் "நான் தான் அப்போதே சொன்னேனே கலைஞர்களின் இதயம் விரிந்து இருக்கும் என்று சொல்லிவிட்டு நீ வீட்டில் எடுத்துக்கொண்டு போய் வரைந்து கொண்டு வா" என்று அனுப்பினார்.

அந்த படம் தாய் வார இதழில் சிறப்பாக பிரசுரம் செய்யப்பட்டது. இதை இன்றும் நெஞ்சு நெகிழச் சொல்கிறார் சிந்துபாஸ்கர்.

பிறகு அவர் ராஜரிஷி என்ற வலம்புரியார் பத்திரிகையிலும் பணியாற்றினார் என்பது வேறு கதை.

யாராவது ஒருவர் திறமை உள்ளவர் என்று தன் மனதுக்கு தென்பட்டு விட்டால் அவரை தோளில் தூக்கி உயர்த்திக் கொண்டாடுவது வலம்புரி ஜானின் வழக்கம்.

தாய் நடந்து கொண்டிருக்கும்போதே இணையாக மருதாணி, மெட்டி என்ற இரு இதழ்களை நடத்தினார்.

'மருதாணி' திரைப்படம் சார்ந்த ஒரு பத்திரிகையாக வந்தது.

'மெட்டி' குடும்ப நாவல்கள் தாங்கி வந்தது.

கவனம் சிதறாமல் எழுத்து இலக்கியம் சமூகப் பார்வை என்று சென்று கொண்டிருந்த வலம்புரிஜான் வாழ்க்கையில் திடீரென்று தடம் மாறியது என்று சொன்னால் எதைச் சொல்வது?

வேறென்ன சினிமா தான்.

சினிமா அவரை எப்படி எல்லாம் மாற்றியது?

எந்தக் காலமும் மறக்க முடியாத சினிமா அனுபவம்

தாய் வார இதழை சிறப்பாக நடத்திக் கொண்டிருந்த வலம்புரி ஜானுக்கு திரைப்படத்தின் மேல் ஒரு நாட்டம் இருந்தது. பொதுவாகவே எழுத்தாளர்களுக்கும், சிந்தனை உள்ளவர்களுக்கும், இலக்கியவாதிகளுக்கும் திரைப்படத்தின் மேல் ஒரு நாட்டம் உண்டு.

திராவிட இயக்கம் சமூக மாற்றத்திற்காக திரைத்துறையில் எடுத்துக்கொண்ட முயற்சி பெரிது. அந்த தாக்கம் எல்லா இலக்கியவாதிகளுக்கும் இருந்தது என்று சொல்லலாம்.

1974 கலைஞர் உடைய பரிந்துரையின் பேரில் ராஜ்யசபா எம்பியாக 1974 ஏப்ரல் 3 முதல் அக்டோபர் 14 வரை இருந்தார்.

அதன்பின் எம்பி ஆவதற்கான வயதிற்கு முன்பாகவே அவர் எம்.பி.ஆகி விட்டார் என்பதற்காக ராஜயசபா பதவியை இழந்தார் என்பது வரலாறு.

அதற்குப் பிற்பாடு ஒரு காலகட்டம் என்ன செய்வது என்று தெரியாமல் இருக்கும் போது அவருக்கு

கைகொடுத்தது எழுத்து. அவர் தன்னுடைய பானு பதிப்பகம் மூலமாக ஒரு ஊரின் கதை, நான் விமர்சிக்கிறேன், நீர்க்காகங்கள் போன்ற நூல்களை எழுதி வெளியிட்டார்.

'காதல் கடிதங்கள்' என்ற நூலை தமிழ்ப்புத்தகாலயம் வெளியிட்டது.

1976 இல் வெளியான 'வரப்பிரசாதம்' என்ற திரைப்படத்தில் அவர் ஒரு பாடலை எழுதும் சூழல் அமைந்தது.

அந்தப் படத்தின் இயக்குனர் கே நாராயணன். அந்த படத்தின் கதையை எழுதியவர் கே.எஸ்.மாதங்கன். இசையமைப்பாளர் ஆர் கோவர்தன். அந்தப் படத்தில் நடித்தது ஜெயசித்ரா, ரவிச்சந்திரன் என்கிற முன்னணி நட்சத்திரங்கள்.

காதலும் வாழ்வும் இணைந்த அந்த பாடலுக்கான வரிகளை வலம்புரிஜான் அவர்கள் எழுதினார்கள். அந்தப்பாடல் அப்போது பிரபலமாக எல்லோராலும் முணுமுணுக்கப்பட்டது.

இப்போது கூட நீங்கள் யூடியூபில் (வலையொலி) சென்று வரப்பிரசாதம் வலம்புரிஜான் பாடல் என்று தேடினால் கிடைக்கும்.

அந்தப் பாடல் இப்படியாகத்தான் துவங்குகிறது.

பெண்:

"கங்கை நதி ஓரம் ராமன் நடந்தான்
கண்ணின் மணி சீதை தானும் தொடர்ந்தாள்
சீதை நடந்தாள்
கல்யாணம் என்னும் தெய்வீக பந்தம்
காலங்கள் தோறும் வாழ்கின்ற சொந்தம்
விளையாட்டுப் பிள்ளை மணல் வீடு அல்ல
விதி என்னும் காட்டில் பறிபோவதல்ல

ஆண்:

மங்கையவள் சீதை முள்ளில் நடந்தாள்
மன்னன் அவன் கண்ணில் கங்கை வழிந்தாள்
உள்ளம் நெகிழ்ந்தாள்
மாணிக்கப் பாவை நீ வந்த வேளை
நினையாததெல்லாம் நிறைவேற கண்டேன்
அன்பான தெய்வம் அழியாத செல்வம்
பெண் என்று வந்தால் என்னென்று சொல்வேன்
மணியோசை கேட்டு மணமாலை சூட்டி
உறவான வாழ்க்கை நலமாக வேண்டும்
திருநாளில் ஏற்றும் அணையாத தீபம்
ஆனந்த பூஜை ஆரம்ப வேளை "

என்று ஆணும் பெண்ணுமாக பாடப்படும் பாடலாக அது அமைந்தது.

அக்காலத்தில் நாடகமேடைகளில் எஸ்.ஏ.சந்திரசேகர் அவர்களோடு பழக்கம் ஏற்பட்டது. அப்போது அவரை சேகர் என்று அழைப்பார்கள். அவருக்கும்

'வண்ணத்துப்பூச்சி' திரைப்பட துவக்க விழாவில்
இயக்குநர் எஸ்.ஏ.சந்திரசேகர்

வலம்புரிஜானுக்கும் நெருங்கிய தொடர்பு ஏற்பட்டது. பின்னாளில் எஸ் ஏ சந்திரசேகர் 'சுதந்திர நாட்டின் அடிமைகள்' படத்தில் ஒரு பாடல் எழுதினார்.

கங்கைகொண்டான் இயக்கிய 'பிரியமுடன் பிரபு' என்ற படத்தில் ஒரு பாடலை இசையமைப்பாளர் கங்கை அமரன் இசைக்க எழுதினார்.

சாகித்ய அகாடெமி விருது பெற்ற புவியரசு கூட அந்தப் படத்தில் பணியாற்றிய நினைவு. 'குங்குமக் கோலங்கள்' என்ற படத்தில் வலம்புரிஜான் கதைவசனம் எழுதியதாக அறிகிறேன்.

பிறகு சிறிது காலம் கழித்து தாய் வார இதழில் ஆசிரியராக மாறினார்.

1986 இல் விட்டகுறை தொட்டகுறை என்பதுபோல யாரோ அந்த ஆசையை மீண்டும் கிளப்பி இருக்கலாம். சினிமா ஆசை பலமாக அவரைப் பற்றிக் கொண்டது.

திரைப்படத்திற்குள் நுழைந்தார் வலம்புரிஜான்.

அது அவரை முற்றிலுமாக திசைதிருப்பி விட்டது.

வலம்புரிஜான் அவர்கள் தயாரித்து இயக்கிய படம் "அது அந்தக் காலம்"

'அது அந்தக் காலம்' திரைப்படம்

கதை, திரைக்கதை, வசனம், இயக்கம் எல்லாம் வலம்புரிஜான் அவர்கள்தான் செய்தார்கள்.

ஆனால் அவருக்கு திரைத்துறையில் அதற்கு முன்பு இயக்குனர் ஆவதற்கான முறையான பயிற்சி முன் கூட்டியே செய்திருந்தார்கள் என்றெல்லாம் சொல்லி

படப்பிடிப்பில் இயக்குனராக வலம்புரிஜான்

விட முடியாது.. தீவிரமான தைரியத்தில் இயக்கவும் தயாரிக்கவும் துவங்கி விட்டார்.

அந்தப் படத்தில் லட்சுமி, சரத்பாபு, சரண்ராஜ் ஆகியோர் முக்கிய கதாபாத்திரங்களில் நடித்தார்கள்.

பானு ரேவதி கம்பைன்ஸ் என்ற பெயரில் அவர் தயாரித்தார்.

ஐந்து பாடல்கள். இசையமைத்தவர் சந்திரபோஸ். வலம்புரிஜான் ஏற்கெனவே திரைப்படங்களுக்கு பாடல் எழுதியிருந்தாலும் தன் படத்தில் வைரமுத்து அவர்களை எல்லாப் பாடல்களும் எழுத வைத்தார்

அந்தப் படத்திற்கு உதவி இயக்குனராக பவித்திரன், ஜெயராம் இருவரும் பணியாற்றினார்கள். 1988ல் படம் வெளியானது.

ஆனால் அப்படம் வெகுவான வெற்றியைப் பெறவில்லை. திரைக்கதையும் சொன்ன விதமும் காலத்திற்குப் பொருந்தவில்லை என்று இந்தியன் எக்ஸ்பிரஸ் விமர்சித்தது.

தாய் வார இதழ் இலக்கியம் சமூகம் இளைஞர் முன்னேற்றம் என்று முன்னேறிக் கொண்டிருந்தது அனைவரையும் வியக்க வைத்தது.

ஆனால் வலம்புரிஜான் அவர்கள் திரைப்படத் துறையில் கவனம் செலுத்திய பின் அவருக்கு எல்லா நிலையிலும் ஒரு பெரிய பின்னடைவு நேர்ந்தது.

அதற்கு முன்பாக அவர் பெரியார் பாதையில் சொந்தமாக ஒரு வீடு கட்டி இருந்தார். அது வங்கியில் கடன் பெற்றுக் கட்டியது.

அந்த பெரியார் பாதை வீட்டிற்கு வராத அரசியல் பிரபலங்கள், இலக்கியவாதிகள் கிடையாது.

வீடு கட்டியதால் வந்த பிரச்சனை, திரைப்படம் எடுத்ததால் வந்த கடன் என்று அவரை பலவித கோணங்களில் நெருக்கியது.

எனவே இலக்கியத்தில் பயணம் செய்து கொண்டிருந்த ஒரு ராஜாளிப் பறவை சற்றுத் தடுமாறி நின்ற காலகட்டம் அது என்று தான் கூற வேண்டும்.

எம்ஜிஆர் பிறந்த நாளின்போது எனது திருமணம் நடந்தது பிற்பாடு நான் பத்திரிகைகளில் இருந்து சிறிது விலகி, திரைத்துறையில் கவனம் செலுத்திக் கொண்டிருந்தேன்.

சரியாகச் சொல்ல வேண்டுமென்றால் மய்யம் பத்திரிக்கையின் துணை ஆசிரியராக ஓராண்டு காலம் இருந்து பிறகு துணை இயக்குனராக கமல் ஹாசனுடைய நிறுவனமான ராஜ்கமல் பிலிம்ஸ் இண்டர்நேஷனல் அபூர்வ சகோதரர்கள் படத்தில் துணை இயக்குனராக பணியாற்றத் துவங்கினேன்.

எனவே வலம்புரிஜான் இயக்கிய 'அது அந்தக் காலம்' திரைப்படத்தில் நான் பங்கு கொள்ளவில்லை.

ஆனாலும் வலம்புரிஜான் அவர்களோடு எனக்கு தொடர்பு இருந்து கொண்டிருந்தது.

தாய் வார இதழில் தனக்குப்பின் கீதப்பிரியன் அவர்களிடம் பொறுப்பை ஒப்படைத்தார்.

அவர் அதிகமாக தன்னை ஆசிரியர் பக்கம் பகுதியில் மட்டும் கவனம் செலுத்தும் நிலையானது.

அந்தக் காலகட்டத்தில் பாபநாசம் குறள் பித்தன் ,முத்தப்பா, சூர்யகாந்தன், பழனிபாரதி, கல்லாடன், ராஜா மகரந்தசெல்வன் இப்படி ஏராளமான பேர் பணியாற்றிக் கொண்டிருந்தார்கள்.

ஆர் சி சம்பத், நாஞ்சில் சு காந்தீயன் இருவரும் பிரீலன்சர் (பகுதி நேர எழுத்தாளர்) ஆக எழுதினார்கள்.

கார்ட்டுனிஸ்ட் பவித்ரா

சிறு சிறு சிரிப்புகளுக்காக ஓவியம் வரைந்து கொடுத்துக் கொண்டிருந்தார் பவித்ரா எனும் ஓவியப் படைப்பாளி.

ஒரு ஆடிட்டர் தான் வலம்புரி ஜான் அவர்களை திசை திருப்பினார் என்று சொல்லக் கேள்விப் பட்டிருக்கிறேன்.

அந்த அக்கவுண்ட் பிரிவில் பத்மநாபன், சிவா என்ற இருவரும் கூடவே இராஜேந்திரன் அவர்களும் பணியாற்றிக் கொண்டிருந்தார்கள்.

பிரபல திரைப்படக் கதாசிரியர் பாலமுருகன் மகன் தான் சிவா. இன்னும் அவர் தொடர்பில்தான் இருக்கிறார்.

எம்ஜிஆர் அவர்கள் புரூக்ளின் ஹாஸ்பிடலில் சிகிச்சை பெற்றுக் கொண்டிருந்தபோது சட்டசபை தேர்தல் வந்தது .

பல்வேறு உத்திகளைக் கொண்டு அரசியலில் முந்த நினைத்து பல்வேறு வதந்திகளை வெளியில் பரப்பிக் கொண்டிருந்தார்கள்.

அந்த காலத்தில் எம்ஜிஆர் மறுபடியும் திரும்பி வரமாட்டார் என்று ஒரு கருத்தை வைத்தார்கள். அது இல்லை என்று சொல்வதற்காக ஆர் எம் வீரப்பன் அவர்கள் ஒரு முயற்சி செய்தார்கள்.

இயக்குனர் பாக்கியராஜ் மூலமாக அமெரிக்கா சென்று ஹாஸ்பிடலில் இருக்கும் புரட்சித்தலைவர் எம்ஜிஆர் அவர்கள் பேசுவது போலவும், சாப்பிடுவது போலவும், நடப்பது போலவும் காட்சிகளை படம் எடுத்து வந்து அதை ஒரு காணொளியாக உருவாக்கினார்கள்.

அந்தக் காணொளிக்கு பின்னணி வசனம் எழுதி குரல் கொடுத்தவர் வலம்புரிஜான்தான்.

வலம்புரிஜான் சொல்லச் சொல்ல நான் பேப்பரில் எழுதினேன். பிறகு செவன்த் சேனல் நாராயணன்

எம்.ஜி.ஆரிடம் தமிழக அரசு விருது பெறும் கே.பாக்கியராஜ்

ஸ்டுடியோவிற்குச் சென்று நள்ளிரவில் டப்பிங் செய்யப்பட்டது.

பிறகு அந்த குறுந்தகடு பட்டி தொட்டி எங்கும் போட்டு காண்பிக்கப்பட்டது.

மக்களின் நம்பிக்கையைப் பெற்று மீண்டும் புரட்சித்தலைவர் ஆட்சிக்கு வந்தார்.

அதற்குப் பக்கத்துணையாக இருந்தது வலம்புரி ஜானின் எழுத்துக்களும் பேச்சும் என்று சொன்னால் மிகையில்லை.

இப்படி தொட்டதெல்லாம் துலங்கும் என்கிற இடத்தில் இருந்த வலம்புரிஜான் அவர்களை இந்த பொருளாதாரச் சூழலும் சினிமாவும் தான் கலக்கமடைய வைத்தது.

புரட்சித்தலைவர் எம்ஜிஆர் உடைய பத்திரிகை தான் தாய் வார இதழ் என்றாலும் அந்த நிர்வாகத்தை பார்த்துக் கொண்டிருந்தவர் அப்பு என்கிற ரவீந்திரன்.

மிகவும் அன்பானவர் பண்பானவர்.

அலுவலகத்திற்கு வந்ததும் நேராக ஆசிரியர் அறைக்குச் சென்று பேசி விட்டுச் செல்வார். செல்லும்போது எல்லோரையும் நலம் விசாரித்து விட்டுச் செல்வது அவர் வழக்கம்.

ஆனால் அது புரூக்ளின் மருத்துவமனையில் இருந்து வந்த எம்ஜிஆருக்கு முன்பு.

பிற்பாடு தான் பல பிரச்சனைகள் நடக்கிறது என்று கேள்விப்பட்டு எம்ஜிஆர் அவர்கள் தாய் அலுவலகத்திற்கு வந்து மேல் மாடி அறையில் அமர்ந்து பேசினார். அப்போது வலம்புரிஜான் ரவீந்திரன் ஜானகி அம்மையார் உடன் வந்திருந்தனர்.

அந்த பேச்சுக்குப் பிறகு தாய் அலுவலகம் வேறு இடத்தில் மாறியது.

இந்தக் காலகட்டத்தில் எழுத்தாளர்களுக்கு சரியாக சன்மானம் சென்றடைவதில்லை என்று புகார் இருந்தது. குறிப்பாக பாலகுமாரன் அவர்கள் தான் எழுதிய தொடருக்கு பணம் வரவில்லை என்று கேட்டுப் பார்த்தார். இல்லை என்றதும் நேரடியாக புரட்சித் தலைவர் எம்ஜிஆர் அவர்களுக்கு புகார் கடிதம் எழுதிவிட்டார்.

பிறகு பாலகுமாரனுக்கு பணம் கிடைத்தது.

இந்த சமயத்தில் எழுத்தாளர்களுக்கு பணம் தருவது என்கிற எண்ணத்தில் புகார் வழங்கியிருந்தார்.

சுஜாதாவின் எழுத்துக்களைப் போன்று நல்ல மதிப்பு பெற்ற எழுத்தாளர் அமுதவன் பெங்களூரிலிருந்து எழுதிக்கொண்டிருந்தார்.

அவருக்கும் பணம் சரிவர வரவில்லை என்றதும் நீங்களும் எம்ஜிஆரிடம் புகார் செய்யுங்கள் என்று சொன்னார் என்று கூட என்னிடம் தெரிவித்தார்.

சமீபத்தில் எனக்கு மின்னஞ்சல் கடிதம் அனுப்பினார் அதை இங்கு தருகிறேன்

“சென்னை வரும்போதெல்லாம் வலம்புரிஜானை சந்திப்பதை வழக்கமாக வைத்திருந்தேன். தாய் அலுவலகத்தில் அவரை நிறைய முறை சந்தித்திருக்கிறேன். அலுவலகத்தில் நுழைகின்ற பொழுது பிரதானமாக நக்கீரன் கோபால் அமர்ந்திருப்பார். வலம்புரி ஜான் வரும்வரைக்கும் அவருடனோ அல்லது ராசி அழகப்பனிடமோ பேசிக்கொண்டிருப்பேன்.ராசிஅழகப்பன்அப்போதுதான் கவிஞர் வைரமுத்துவிடமிருந்து வந்து தாயில் சேர்ந்திருந்தார். தாயில் சேருவதற்கு வந்தவரிடம் ஒரு அற்புதமான வலம்புரியாரைப் பற்றிய தகவல் இருந்தது. அந்தச் செய்தியைக் கேட்டபிறகு வலம்புரியாரைப் பற்றிய என்னுடைய எண்ணம் உயர்ந்தது.

ஒருமுறை பெங்களூர் ஐ.டி.ஐ தமிழ்மன்றத்தில் வலம்புரியாரை பேசுவற்கு அழைத்திருந்தார்கள்.

கூடப்பேசியவன் நான்தான். பேச்சு முடிந்தவுடன் "நீங்கள் எங்கே இறங்கவேண்டுமோ சொல்லுங்கள். அங்கே கொண்டுவந்து இறக்குகிறேன்" என்று சொல்லி காரில் டிராப் செய்தார். அந்த சமயத்தில் "எப்போது பெங்களூர் வந்தாலும் கார்ப்பரேஷன் பின்புறமிருக்கும் ஓட்டல் ஜியோவில்தான் தங்குவேன். அங்கே நீங்கள் வந்து என்னைப் பார்க்கலாம்" என்றார்.

எம்ஜிஆரிடம் அளவற்ற மரியாதை வைத்திருந்தார்.

எழுத்தாளர்
அமுதவன்

ஒருமுறை அவரிடம் "எம்ஜிஆர் அழுத்தம் தந்து தனி ஈழம் அமைத்துக் கொடுக்க முடியாதா?" என்று கேட்டேன். "இன்னும் என்ன அவரை செய்யச் சொல்கிறீர்கள்? இப்போது அவர் கருப்புச் சட்டை அணிந்திருக்கிறார். சக அமைச்சர்கள் அத்தனைப் பேரையும் கருப்புச் சட்டை அணியச் செய்திருக்கிறார். உங்களுக்குத் தெரிந்து யாராவது மாநிலத்தின் முதல்வர்கள் கருப்புச் சட்டை அணிந்து பார்த்திருக்கிறீர்களா? அதிமுகவின் சகல தலைவர்களும் கருப்புச் சட்டை அணிந்திருக்கிறார்கள். (அப்போது வலம்புரி ஜானும் கருப்புச் சட்டைதான் அணிந்திருந்தார்). இதற்குமேல் என்ன அழுத்தம் தரவேண்டுமென்று நீங்கள் எதிர்பார்க்கிறீர்கள்?" என்று கேட்டார்.

என்னைப் பற்றி வலம்புரி ஜான் எழுதியிருந்த வரிகள் மிகவும் அற்புதமானவை. இரவில் பூக்கும் நிஷாகந்திப் பூக்களுக்கு என்னுடைய எழுத்துக்களை ஒப்பிட்டிருந்தார். 'சுஜாதா சுட்டிக்காட்டிய எழுத்து

விரல்களுக்கு சொந்தக்காரர் இவர்' என்று புகழாரம் சூட்டியிருந்தார். அந்தப் பகுதியை நான் அகிலன் கண்ணன் வெளியிட்ட என்னுடைய புத்தகத்தின் பின் அட்டையில் பதித்துக் கொண்டேன்.

பெங்களூர்த் தமிழ்ச்சங்கத்தில் நடைபெற்ற ஒரு இலக்கியவிழாவில் பேசுவதற்கு வலம்புரியாரை அழைத்திருந்தார்கள். அன்றைக்கு வலம்புரியாரும் நித்தியானந்தாவும் மட்டுமே மேடையில். அவர் மேடைவரை நடந்து செல்வார் என்று தோன்றவில்லை. அதனால் அவரைப் பிடித்து கைத்தாங்கலாக மேடைவரை அழைத்துச் சென்று உட்காரவைத்து விட்டு வந்தேன். அவர் அன்றைக்கு என்னைப் பார்த்ததும் கேட்ட முதல் கேள்வி "நீங்கள் எங்கே இருக்கிறீர்கள்? பத்துநாட்களாக பெங்களூரில்தான் இருக்கிறேன். உங்களைத்தான் தேடிக்கொண்டிருந்தேன்" என்பதுவே. பேசி முடித்தவுடன் அவரால் இறங்கிவர முடியாது என்று தோன்றியதால் மேடை சென்று அவரைக் கூட்டிவந்தேன்.

அன்றைக்கு இரவே சென்னை செல்வதாகச் சொன்னார். புதன்கிழமை திரும்பிவரப்போவதாகவும், புதன்கிழமையன்று சந்திக்கலாமென்றும் சொல்லிச் சென்றார்.

அதன்பிறகு அவர் பெங்களூர் வரவே இல்லை. சென்னையிலேயே மறைந்துவிட்டார்."

இது அமுதவன் அவர்களின் எண்ணப் பதிவு.

புரட்சித் தலைவர் எம்.ஜி.ஆர் விசாரித்த சூழல் சம்பளம் கொடுப்பது கொஞ்சம் காலதாமதம் ஆவதும், பத்திரிகை குறித்த நேரத்தில் வருவதற்கு சிரமப்படும் அந்த காலகட்டத்தில் நிகழ்ந்தது.

தாய் வார இதழ் அப்போது மிகவும் பளபளப்பாக அழகான அச்சில் வந்து எல்லோரையும் கவர்ந்தது.

அந்தக் கவர்ச்சிக்கு மிகவும் உறுதுணையாக இருந்தவர்கள் தராசு ஷியாம், ராபின்.

அப்போது அவர்கள் தான் அதை பார்த்துக்கொண்டு இருந்தார்கள்.

மதி நுட்பம் துணிவு கொண்ட தராசு ஷியாம் அவர்கள் பிற்பாடு திரைச்சுவை, தராசு போன்ற பத்திரிகைகளை மிகவும் வெற்றிகரமாக நடத்துவதற்கு வலம்புரிஜான் நட்பு ஒரு காரணமாக அமைந்தது என்றும் சொல்லலாம்.

அதன் பிறகு தாய் பிரபு கூட வெளியே வந்து விட்டார் என்றுதான் கருதுகிறேன். பிறகு ப்ரீலான்சராக எழுதினார். குடந்தை கீதப்பிரியன் எண்பத்தி ஏழு வாக்கில் சேர்ந்து மிக முக்கிய பொறுப்பில் பார்த்துக் கொண்டார் என்று கருதுகிறேன்.

பிறகு ராஜரிஷி என்ற ஒரு அரசியல் பத்திரிகை அவர் நடத்த ஆரம்பித்தார். அது மிகப் பெரிய வீச்சை கொடுத்து விடவில்லை என்றாலும் அது மன ஆறுதலுக்காக நடந்தது என்பதுதான் உண்மை.

ஒரு செய்தி.

எண்பதுகளில் மாத நாவல் அதிகம் வந்து கொண்டிருந்தன.

எனவே தானும் மாத இதழ் கொண்டு வர அவர் எண்ணினார்.

தாய் பிரபு ஆசிரியராக மார்ஷல் முருகன் பதிப்பாளராக மெட்டி இதழ் வந்தது. அதை வலம்புரிஜான் கேட்டதும் உடனே ஒன்றும் சொல்லாமல் உடனே தந்து விட்டார்கள்.

'மெட்டி' நன்றாகப் போனது.

தேடி வந்தவர்களுக்கெல்லாம் வாய்ப்பளித்தார்.

கவிஞர் கோ.வசந்தகுமாரன்

அப்படித்தான் ஒரு சம்பவம்.

இப்பொழுது குமுதத்தில் அடிக்கடி வசந்தகுமாரன் கவிதை வருகிறது. அவருக்கு தொடர்ந்து ஆறு வாரம் இரண்டு பக்கம் தாய் வார இதழில் எழுத வைத்தார்.

புதுக்கவிதைகளை தாங்கிப் பிடித்த அதே மனம்தான் மரபுகளையும் விட்டுவிடாமல் உயர்த்திக் காண்பித்தது.

பின்னாளில் மரபுக் கவிதை எழுதிக் கொண்டிருந்த இளந்தேவன் தொடர்ந்து தாய் அடையாளப்படுத்தி செல்வி ஜெயலலிதா அவர்கள் முதல்வர் ஆன பின்பு உதவியாக வைத்துக் கொண்டதற்கு மூலகாரணம் வலம்புரிஜான் தான்.

சாவி வார இதழில் 'கவிராஜன் கதை' என்று வைரமுத்து பாரதியார் வாழ்க்கையை புதுக்கவிதையில் எழுதியபோது கவிவேந்தர் மு மேத்தா அவர்களுக்கு தாய் இதழில் மேடை போட்டு கொடுத்து அழகு பார்த்தது வலம்புரிஜான் தான்.

அண்ணா, எம்ஜிஆரைப் பற்றி எழுதிக் கொண்டிருந்த கவிஞர் மணி மொழியையும் தாய் வார இதழில் தொடர்ந்து வைத்துக்கொண்டிருந்தார்.

கவிவேந்தர் மு.மேத்தா சொன்னார் என்பதற்காகவே ஜமால் என்கிற இளைஞரை வெற்றியாளனாக மாற்றினார்.

மாற்றங்கள் நிறைய என்றாலும் அவர் தொடர்ந்து தன்னுடைய பாதையில் சென்று கொண்டிருந்தார்.

பாட்டுப் பாரதியும் அடல்ஸ் ஒன்லி கிராவும்

கேட்டதும் வியப்பாக இருந்த ஒரு செய்தியை சொல்ல மறந்துவிட்டேன்.

"அது அந்த காலம்" என்ற வலம்புரிஜான் இயக்கிய திரைப்படத்திற்கு பாடல் எழுத கவியரசு வைரமுத்து அவர்களுக்கு வாய்ப்பைத் தந்தார்.

வைரமுத்து வலம்புரிஜான் மேல் வைத்திருந்த அபரிமிதமான மரியாதையின் காரணமாக அந்த படத்தில் தனக்கென்று எந்த வித சம்பளமும் வேண்டாம் என்று அனைத்துப் பாடல்களையும் எழுதிக் கொடுத்திருக்கிறார் என்று கேள்விப்படும்போது வியப்பு மேலெழுந்தது.

வைரமுத்து அவர்கள் திரைப்பட உலகில் மிகுந்த செல்வாக்குப் பெற்றிருந்த காலம். அதிக ஊதியம் பெற்றவர் என்றும் சொல்லலாம்.

ஆனால் வார்த்தைச் சித்தர் வலம்புரிஜான் அவர்களுக்கு இவ்வாறு அவர் செய்த செயல் இருவரும்

ஒருவர் மேல் ஒருவர் வைத்திருந்த மரியாதையை எடுத்துக் காட்டுகிறது.

தாய் வார இதழ் ஆசிரியராக இருந்த வலம்புரிஜான் தன்னுடைய உதவி ஆசிரியராக தேர்ந்தெடுக்கும் விதமே ஆச்சரியமானது.

அப்படித்தான் இப்பொழுது திரைப்பாடல் ஆசிரியராக புகழ்பெற்று விளங்கிக் கொண்டிருக்கும் பழநிபாரதி இணைந்ததும்.

இதற்கு முன் எஸ் டி சோமசுந்தரம் நடத்திய ஒரு பத்திரிகையிலும், அடியார் நடத்திய பத்திரிகையிலும், பிறகு அரசு அச்சகத்திலும் பணியாற்றிக் கொண்டிருந்த சமயம்.

பாரதிதாசன் வழித்தோன்றல் கவிஞர்.சாமி பழனியப்பன் அவர்கள் தமிழரசு பத்திரிகையில் பணியாற்றிக் கொண்டிருந்தார். அவருடைய மகன்தான் பழநிபாரதி.

ஒருமுறை சாமி பழனியப்பன் தனது கவிதையை தாய் இதழுக்கு அனுப்பவேண்டும் என்று அவர் முடிவெடுத்தார். அதை தன்னுடைய மகன் பழநிபாரதி யிடம் கொடுத்து அனுப்பினார். அங்கு பணியாற்றிக் கொண்டிருந்த கவிஞர் மணிமொழியிடம் தர அவர் நேரடியாக வலம்புரிஜானிடம் கொடுக்கச் சொன்னார். சரி என போனார்.

அப்பா கவிதையோடு தான் எழுதிய புதுக்கவிதையும் சேர்த்துக் கொடுத்து விட்டு வந்து விட்டார்.

ஆனால் வெளிவந்தது முதலில் சாமி பழனியப்பன் அவர்களின் கவிதை அல்ல.

பழநிபாரதியின் கவிதைகள்.

அதோடு ஆசிரியர் பகுதியில் பழநிபாரதி பற்றி புகழ்ந்து எழுதினார். அப்போது அவருக்கு சாமி பழனியப்பன் மகன் பழநிபாரதி என்று தெரியாது.

ராசி அழகப்பன், கவிப்பேரரசு வைரமுத்து,
கவிஞர் அறிவுமதி, கவிஞர் பழனிபாரதி

அதற்குப் பிற்பாடு 'நெருப்பு பார்வைகள்' என்ற கவிதைத் தொகுதியை பழநிபாரதி எழுதினார்கள். அதையும் அவர் மிகச் சிறப்பாக வெளி உலகிற்கு கார்மேக மழைச் சொற்களால் தமிழுலகுக்கு வெளிச்சமிட்டுக் காட்டினார்.

வலம்புரி ஜான் அவர்களுக்கு ஒரு பழக்கமுண்டு. தன்னை எழுத்துக்களால் ஒருவர் கவர்ந்து விட்டால் அவரை தோளில் ஏற்றி சுமந்து வெளி உலகுக்கு காட்டுவார். ஒருபடி மேலாகச் சென்று தலைமேல் வைத்துக் கொண்டாடினார் பழநிபாரதியை என்று தான் சொல்ல வேண்டும்.

ஒருமுறை சோவியத் கலாச்சாரக் கழகத்தில் நடைபெற்ற ஒரு விழாவில் பங்கேற்று பேசிக்

கொண்டிருந்த வலம்புரிஜான் அவர்கள் பழநிபாரதி கதவைத் திறந்து கொண்டு உள்ளே வருவதைப் பார்த்து "இதோ வருகிறார் பழநி பாரதி அவர்கள் பார்ப்பதற்கு குள்ளமாக இருக்கிறார். ஆனால் இவர் திருக்குறளின் உயரம்" என்று அவரைப் புகழ்ந்து தள்ளி விட, யாரப்பா அது என்று அந்த சபையே திரும்பிப் பார்த்தது.

அதன்பின்பு ஆசிரியர் அவர்கள் பழநிபாரதியை "என்ன செய்து கொண்டு இருக்கிறீர்கள்?" என்று கேட்க, தரமணியில் உள்ள அரசு அச்சகத்தில் நான் கணக்கு எழுதிக் கொண்டிருக்கிறேன் "என்று சொன்னதும், "ஒரு கவிஞன் கணக்கு எழுதுவதா? நாளை அலுவலகத்திற்கு வா" என்று சொல்லி அனுப்பினார்.

மறுநாள் பழநிபாரதி வலம்புரி ஜானை சந்திக்க "உனக்கு என்ன தெரியும் பத்திரிகையில்? பிழை திருத்தத் தெரியுமா?" என்று கேட்க அவர் "தெரியும் செய்வேன்" என்று சொல்ல உடனடியாக உதவி ஆசிரியர் இருக்கையில் அமர வைத்து அழகு பார்த்தார்.

நீண்டகாலம் மதுரை ராஜா வுடன் அப் பொறுப்பை செய்த பழநிபாரதியை வெளி உலகத்துக்குச் சென்று பேட்டி எடுக்கச் சொல்லி அனுப்பிவைத்தார்.

அவர் பல இலக்கிய நிகழ்வுகளை, இலக்கியவாதிகளை பதிவுசெய்தார். இப்படி யாவரும் அறிய உயர்த்துவது வலம்புரிஜானின் கவிமனப் பண்பு.

எழுத்துச் சுதந்திரம் என்பதை பரிபூரணமாக உணரச் செய்தவர்.

அப்படித்தான் பல சமயங்கள் பழநிபாரதி எழுதியதின் மூலம் பிரச்சனை வந்தபோதும் அவருக்குப் பக்கபலமாக நின்று எழுதினார்.

அவருக்கு மட்டுமல்ல எனக்கும் அதுபோன்ற நிகழ்வுகள் இருந்தது. அதற்கும் அவர் பாதுகாப்பாக இருந்தார். அது மட்டுமல்ல

ஆசிரியர் குழுவுக்கு பாதுகாப்பு அரணாக இருந்தார்.

எழுத்து சுதந்திரம் எழுத்தாளனின் உரிமை . எனவே அதனால் வரும் எந்த எதிர்ப்பு, முரண்பாடு என்றாலும் அதை வெளியிட தாய் வார இதழில் அனுமதித்தாரே ஒழிய எழுதியதை தவறு என்று ஒரு நாளும் அவர் சொன்னதில்லை.

அதுதான் வார்த்தைச் சித்தர் வலம்புரிஜான் அவர்களின் எண்ணத் தெளிவு. உறுதி.

இப்படித்தான் உவமைக் கவிஞர் சுரதாவின் மேல் வைத்திருந்த அன்பின் காரணமாக கல்லாடன் அவர்களும் தாயில் பணியாற்ற காரணம் ஆனார்கள்.

கவிதைகளை தேர்ந்தெடுப்பதில் பெரும் பங்கு பழநிபாரதி அவர்களுக்கு அப்போது உண்டு.

பாபநாசம் குறள்பித்தன் அவர்கள் துணுக்குகளையும் ஜோக்ஸையும் தேர்வு செய்து வந்தார். இளையவர் இனியவர் என்ற பகுதியில் பலரை அறிமுகம செய்தார்.. கோவையைச் சேர்ந்த சூர்யகாந்தன் புதிய சிறுகதைகளை தேர்வு செய்வதில் கவனம் செலுத்திக் கொண்டிருந்தார்.

சிரிப்புத் துணுக்குகளை மிகவும் உற்சாகமாக பாதுஷா அவர்களும் பவித்ரா ஓவியரும் வெளிக் கொணர்வதில் சுதந்திரமாக செயல்பட்டார்கள். திரைத்துறையில் தனது சந்திப்புகளை பொன். ஜெயந்தன் அவர்களை எழுத அனுமதித்தார்.

இப்படி ஒவ்வொருவரும் தங்களுடைய பணிகளை செவ்வனே செய்ய வலம்புரிஜான் அவர்கள் முழு சுதந்திரம் அளித்திருந்தார்கள்.

தாய் நடத்திய பாடல் எழுதும் போட்டியில் கவிஞர் கங்கை அமரன், மணிவண்ணன்

இது ஒருபுறமிருக்க எவரும் செய்யாத ஒரு செயலைச் செய்தார்.

அது என்ன என்றால் திரைப்படத்துறையில் பாடல் எழுத வாய்ப்பு கிடைப்பது அரிது.

அதை ஏன் எளிய படைப்பாளர்களுக்கும், கிராமங் களுக்கும் கிடைக்கக் கூடாது? அவர்களுக்கும் வாய்ப்பு தர வேண்டும் என்கிற எண்ணத்தில் "மெட்டுக்குப் பாட்டு" என்ற போட்டியை நேரடியாக நடத்த முனைந்தார்.

தாய் வார இதழ் அலுவலகத்தின் ஒரு பகுதியில் இந்த நிகழ்ச்சி நடைபெற்றது.

கங்கை அமரன் இசையமைப்பார். மெட்டு போடுவார்.

இயக்குனர் மணிவண்ணன் பாடல் எழுதுவதற்கான சூழலை சொல்வார்.

எழுத வந்த கவிஞர்கள் அங்கேயே பாட்டு எழுத வேண்டும்.

இந்த வித்தியாசமான நிகழ்வை முதன் முதலில் தமிழகத்தில் நடத்தியது தாய்தான்.

மிகவும் பிரபலமாக இருந்த திரைப்பட இயக்குனர் மணிவண்ணன் அவர்கள் அப்பொழுது நூறாவது நாள் படத்தை இயக்கிக் கொண்டிருந்த நேரம் என்று கருதுகிறேன்.

அவர் அந்த நிகழ்ச்சியில் பங்கு பெற்று முதலில் வந்த கவிஞருக்கு படத்தில் பாடல் எழுத வாய்ப்பு தந்தார்.

நீங்கள் ஆச்சரியப்படலாம் .

அதிகாலை பிரசாத் ஸ்டூடியோவில் இசைஞானி இளையராஜா முன் வாசகர்களுக்கான நடத்திய ஒரு போட்டியை கொண்டு போய் தேர்வு செய்ய வேண்டும் என்று நான் போய் நின்றேன்.

'சரி குடுங்க ரெக்கார்டிங் இருக்கு ஆர். சுந்தர்ராஜன் வந்து விடுவார்'' என்று சொன்னார். அவர் எதிர் பார்த்தது பத்து இருபது வாசகர் கடிதங்கள் இருக்கும் அதை தேர்வு செய்யலாம் என்பதுதான்.

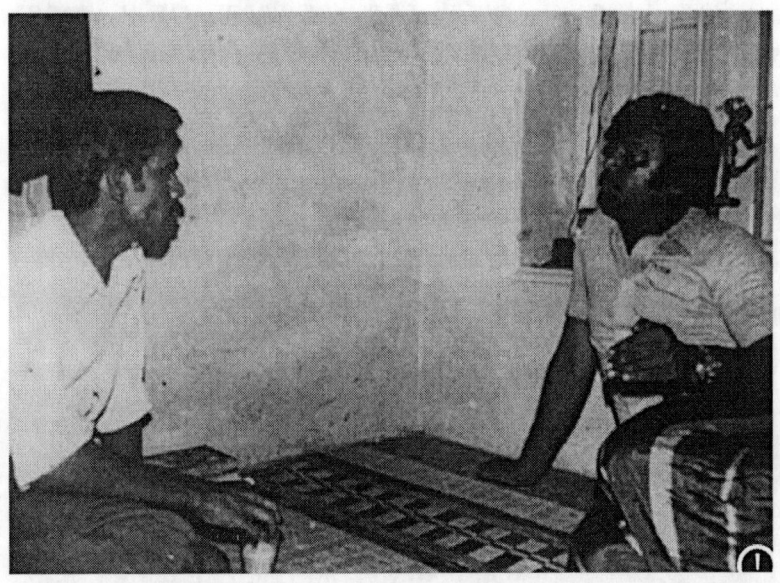

கேப்டன் விஜயகாந்துடன் ராசி அழகப்பன்

ஆனால் நடந்ததோ வேறு. ஒரு மூட்டையைக் கொண்டு வந்து கொட்டி அதை நீங்கள் தேர்வு செய்து தரவேண்டும் என்று சொன்னதும் மலைத்துப் போனார் இளையராஜா.

“இவ்வளவு பெரிய வளர்ச்சியா?” என்று ஆச்சரியப் பட்டு அவர் அதில் ஐந்து பேரை அதிர்ஷ்டசாலியாக தேர்ந்தெடுத்துக் கொடுத்தார்.

எப்போதும் நேசம் கொண்டிருக்கிற இளையராஜா அவர்கள் மேலும் வியந்து இதற்காக ஒரு தனித்துவமான பேட்டியை எனக்குத் தந்தார்.

அதுமட்டுமல்ல வர்த்தகரீதியாக எல்லோரையும் கவர வேண்டும் என்கிற இடத்தில் தாய் சென்றபோது இலக்கியச் சூழலில் பெரிதும் பெயர் வாங்கிக் கொண்டிருந்த ‘கிடை’ கி.ராஜநாராயணன் அவர்களை தாய் வேறு விதமாக முகம் காட்ட வைத்தது.

வட்டார வழக்குச்சொல் நாயகனை தாய் இதழில் ‘கி.ரா. கதைகள்’ என்று முத்திரையிட்டு பிரசுரித்தார்.

கி.ரா. தொடர் வாசகர்கள் மத்தியில் புதிய அலை எழுப்பியது.

கி.ராஜநாராாணன் உடன் பாண்டிச்சேரியில் சந்திப்பு

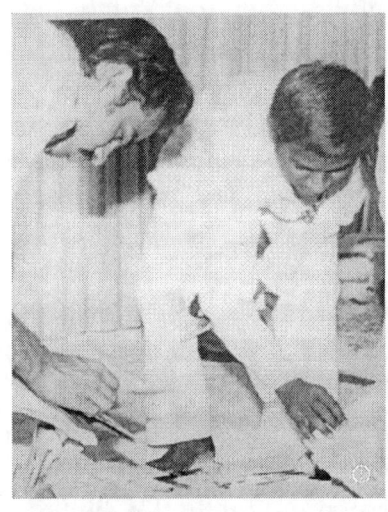

இசைஞானி இளையராஜாவுடன்
தேர்வு செய்யும் வாசகர்
கடிதங்கள்

கதையில் ஒன்றை குணா திரைப்படத்தில் உதவி இயக்குனராக நான் பணியாற்றிய போது ஒளிப் பதிவாளர் வேணு அவர்களிடம் சொல்ல அவர் இன்றுவரையும் அதை நினைவுபடுத்தி எனக்குப் பேசுவார்.

பின்னாளில் நான் புதுவையில் கி.ராஜ நாராயணன் அவர்களைச் சந்தித்து இந்த நிகழ்வைச் சொன்ன போது...

"ஆமா கதை சொல்றதுல என்னய்யா ஒளிவுமறைவு. நாம வெளிப்படையா சொல்லி அதுவும் நம்மூர் பாஷைல சொன்னா... பாத்தீங்களா நீங்களே சொல்றீங்க எவ்வளவு பேரு ஞாபகம் வச்சு இருக்காங்க. அதான் ஒரு எழுத் தாளனுக்குத் தேவை" என்று சொல்லிச் சிரித்தார்.

சரித்திர நாவல் சக்கரவர்த்தி சாண்டில்யன் அவர்களை முதன் முதலாக 90 வாரங்கள் "கடல் வேந்தன்" என்ற தொடரை எழுத வைத்தார்.

அதில் சாண்டில்யன் உற்சாகமாக எழுதி வாசகர்களை கவர்ந்தார்

பிறகு புகழ்பெற்ற பத்திரிகைகளில் எழுதிக் கொண்டிருந்த சுஜாதா, புஷ்பா தங்கதுரை, அனுராதா ரமணன், சிவசங்கரி, ராஜேஷ்குமார் என்று பலரும் எழுத ஆரம்பித்தார்கள்.

ஏனோ தெரியவில்லை இந்துமதி எழுதவில்லை.

இளையராஜா அவர்களிடம் கவிதை புத்தகம் வழகியபோது...

இதுபோன்ற பல புதிய புதிய நிகழ்வுகளையும், அனுபவத்தையும் ஏற்படுத்தி இருந்த தாய் இதழ் மேலும் ஒரு புதிய தடத்திற்கு கொண்டு செல்ல எண்ணியது. அப்போது ஒரு யோசனை ஆசிரியரிடம் சொன்னேன்.

உடனே ஒத்துக் கொண்டார்.

கமலா திரையரங்க உரிமையாளர் வி.என்.சிதம்பரம் அவர்களுடன்...

பாலுமகேந்திரா – மகளிர் கல்லூரி கருத்து மோதல்

எண்பதுகளின் துவக்கத்தில் ஜர்னலிஸம் என்பது பத்திரிகையாளர் பார்வையில் வெளியிலிருந்து வருகிற செய்திகளை அல்லது தான் விரும்புகிற முக்கியமான பிரமுகர்களின் பேட்டிகள், விருப்பங்களை, சூழல்களை தொகுத்து சுவாரசியமாக தருவதாக இருந்தது.

அதை உடைக்க வேண்டும் என்று நான் நினைத்தேன்.

உடைப்பது என்றால் ஏதோ விபரீதம் என்று எண்ணி விட வேண்டாம்.

புதிதான சிந்தனை என்று கூட சொல்லிவிட முடியாது.

ஆனால் ஒரு புது எழுச்சியான நோக்கத்தை வாசகனுக்கு கொடுக்க வேண்டும் என்று நினைத்தேன்.

அதைத்தான் ஆசிரியர் வலம்புரிஜான் அவர்களிடம் பகிர்ந்து கொண்டேன்.

அவர் உடனே செய்யுங்கள் என்று ஆச்சரியத்தோடு பார்த்தார்.

பிறகு "நீ சொல்வது நடக்குமா" என்று கேட்டார்.

"நடக்குமா என்றால் நடத்திக் காட்டுவோம்" என்றேன்.

"என்ன திட்டம் விரிவாகச் சொல்லுங்கள்?" என்று கேட்டார்.

நீண்ட காலமாகவே மக்கள் என்ன விரும்பு கிறார்களோ? சமூகத்தில் என்ன நடக்கிறதோ அதைத்தான் நாங்கள் திரைப்படத்தில் காட்டிக் கொண்டு இருக்கிறோம் என்று சொல்லிக் கொண்டே இருக்கிற கலைஞர்களை மக்கள் முன் சந்திக்க வைத்து அதை அப்படியே வெளியிடுவோம்.

மக்களுக்கும் படைப்பாளிகளுக்கும் இடைவெளி இல்லாத ஒரு சூழலை உருவாக்கி மக்கள் கேள்வி கேட்க இவர்கள் பதிலளிக்க வேண்டும்" என்று நான் நினைத்ததைச் சொன்னேன்.

"இந்த யோசனை சிறப்பாக இருக்கிறது என்றாலும் அதில் நடைமுறைச் சிக்கல் இருக்கிறதே" என்று ஆசிரியர் ஐயம் எழுப்பினார்.

"பார்த்துக்கொள்ளலாம் ஐயா" என்று நான் சொன்னேன்.

"சரி" என்று சம்மதித்தார்.

பிறகு எங்கே இருந்து தொடங்குவது?

யாரை வைத்து தொடங்குவது?

என்ன மாதிரியாக இது வெளிவர வேண்டும்? என்றெல்லாம் முதலில் ஒரு ஆலோசனை செய்ய நேர்ந்தது.

இது போன்ற முயற்சிகளை முன்னெடுக்க ஆர்வமாக இருப்பவர் எந்த இயக்குனர்?

யோசித்துப் பார்த்ததில் இயக்குனர் ஒளிப்பதிவாளர் பாலுமகேந்திரா தென்பட்டார்.

உடனே சாலிக் கிராமத்திற்குச் சென்று நின்றேன்.

அது மூங்கில் தடுப்புகளைக் கொண்டு அழகாக வடிவமைக்கப்பட்ட முதல் மாடி அறையில் பாலுமகேந்திரா இருந்தார்.

ஆனால் எப்படி அழைப்பது?

அப்போது அவரிடம் எந்த தொலைபேசி தொடர்பும் இல்லை.

எனவே கேட்டின் கதவைப் பலமாகத் தட்டினேன்.

அவர் மனைவி அகிலேஷ்வரி வந்தார்.

"என்ன?" என்று கேட்டார்.

நான் வந்த விவரத்தைச் சொல்ல "சரி கேட்டுச் சொல்கிறேன்" என்றார்.

சில நிமிடங்கள் கழித்து உள்ளே இருந்து குரல் "வாருங்கள்" என்றார்.

அது பாலுமகேந்திராவின் குரல். மேலே சென்றேன்.

மூங்கில் தட்டிகள் அடங்கிய அந்த அழகிய அறையில் அவர் முதலில் தேநீர் கொடுத்தார்.

அந்தச் சுவை குறைவதற்கு முன்பாகவே நம்முடைய கோரிக்கையை எடுத்து வைத்தேன்.

"அட இதைத்தான் நான் எதிர்பார்த்துக் கொண்டிருந்தேன்.

தமிழ் சினிமாவில் இது தான் நடந்திருக்க வேண்டும்.

மக்களைப் பற்றிய நினைவுகளோடு மக்களின் வாழ்வியலோடு, மக்களின் மன ஓட்டக் கேள்விகளை புரிந்துகொண்டு தமிழ் திரைப்பட உலகம் செயல்பட வேண்டும்? என்று நினைப்பவன். நீங்கள் அதை செய்ய முனைகிறீர்கள்.

பரவாயில்லை நீங்கள் எங்கே வேண்டுமானாலும் ஏற்பாடு செய்யுங்கள். நான் வருகிறேன்" என்றார்.

காயிதேமில்லத் கல்லூரி விழாவில் பாலுமகேந்திரா உடன்...

அப்போது தமிழ்த் துறையில் பேராசிரியையாக அரசு மணிமேகலை காயிதே மில்லத் கல்லூரியில் பணியாற்றிக் கொண்டிருந்தார்.

நான் அவர்களோடு பல சமயம் மேடைகளில் இலக்கிய நிகழ்வுகளில் பேசியிருக்கிறேன்.

எனவே அவரைத் தொடர்பு கொண்டு கேட்டேன்.

கல்லூரி முதல்வரைக் கேட்டு உடனடியாக ஒரு நாளைக் குறித்து ஏற்பாடு செய்து தந்தார்.

மூன்றாம் பிறை வெளிவந்து சக்கை போடு போட்ட நேரம் மாணவிகளுக்கு மிகவும் சந்தோஷமாக இருந்தது.

பாலுமகேந்திராவை மிகவும் மரியாதையோடும் அன்போடும் வரவேற்று அமர வைத்தார்கள்.

அதற்கு முன் பல மொழிகளில் ஒளிப்பதிவாளராக பாலுமகேந்திரா அவர்கள் பணியாற்றி இருந்தாலும் மூடுபனி, அழியாத கோலங்கள், மூன்றாம் பிறை, கோகிலா போன்ற படங்கள் அவருடைய பெயரை உச்சத்திற்கு கொண்டு போய் நிறுத்தி வைத்திருந்தது.

மாணவிகள் கேள்வி கேட்டு துளைத்து எடுத்து விட்டார்கள்..

அவரும் அசராமல் பதில் சொன்னார்.

மாணவிகள் கேட்ட கேள்வி இப்போதும் எனக்கு நினைவுக்கு வருகிறது.

ஏன் படத்தில் காதலனும் காதலியும் மரத்தைச் சுற்றி இன்னும் பாட்டு பாடிக் கொண்டிருக்கிறார்கள்.

தேவையில்லாத சண்டைக் காட்சிகளும், பாடல் காட்சிகளும் திரைப்படத்தில் ஏன் அதிகமாக இருக்கிறது.

தேவையில்லாமல் ரேடியோ டிராமா போல் வசனம் அதிகமாக பேசிக் கொண்டிருக்கிறார்கள் என்று கேட்டார்கள்.

இது தன்னைப்பற்றியதில்லை என்றாலும் சிரித்துக் கொண்டே பாலுமகேந்திரா பதில் சொன்னார்.

"அதற்கு படம் பார்க்கிற நீங்கள் தான் காரணம்." என்று சொல்லிச் சிரித்தார்.

"என்ன சொல்கிறீர்கள்" என்று ஒரு மாணவி எழுந்து கேட்டார்.

"ஆமாம். சரியாகத்தான் சொல்கிறேன். நீங்கள் காசு கொடுத்து படம் பார்க்கிறீர்கள். இதுபோன்ற படங்களை நீங்கள் அதிகமாக பார்க்கும் போது மீண்டும் மீண்டும் தொழிலில் முதலீடு செய்பவர்கள் இது பிடித்து இருக்கிறது என்பதால் இதுதான் சக்சஸ் பார்முலா என்று தொடர்ந்து படம் எடுக்கிறார்கள். நீங்கள் ஒருமுறை தவிர்த்துப் பாருங்கள். இது போன்ற படங்கள் வருவது குறையும் "என்றார்.

மாணவிகள் மத்தியில் நிசப்தம் நிலவியது.

"உங்களை மட்டும் நான் குறை சொல்லி பயனில்லை. படம் தயாரிக்கிற, இயக்குகிற, எங்கள் கலைஞர் களுக்கும் அதில் முக்கிய பங்கு இருக்கிறது.

திரைப்படங்கள் ஒரு கேளிக்கையான பொழுது போக்கு தான் என்றாலும், அதில் படைப்பாளனுக்கு அதிக கவனம் இருக்க வேண்டும்.

மக்களின் வாழ்வில் கூறுகளில் இருந்து படம் எடுக்க வேண்டும். சுற்றுப்புறச்சூழலின் முரண்களில் இருந்து நாம் சிலவற்றை மக்களுக்கு எடுத்து இயம்ப வேண்டும்.

ஒரு நாவல் படிக்கிற போது என்ன திருப்தி கிடைக்கிறதோ அந்த திருப்தியை திரைப்படத்தில் கொண்டு வந்து தர வேண்டும்.

என்னுடைய படங்களில் அது நிச்சயம் இருக்கும். அதை நான் வெகு விரைவில் சாத்தியப் படுத்துவேன்" என்று அப்பொழுது சொன்னார்.

அரங்கமே கைதட்டி ஆரவாரம் செய்தது.

அதன் பின் அவர் பல்லாண்டு காலம் தமிழ் திரைப்பட உலகிலும், பல மொழிகளிலும் பயணித்தார். அவர் சொன்னதுபோல் வீடு, சந்தியாராகம், தலைமுறைகள் என்று கலைத்தன்மை வாய்ந்த படங்களை தந்துவிட்டுப் போனார்.

கடைசியில் அவர் அந்த கல்லூரியை விட்டு வெளியே செல்கிற போது சொன்னார்.

"எந்த வார இதழ்களும் செய்யாத ஒரு நல்ல பணியை தாய் செய்கிறது" என்று ஒரு முத்திரைச் சொல்லாக சொல்லிவிட்டுச் சென்றார்.

அதை வலம்புரிஜானிடம் சொன்னபோது அவர் சொன்னார். "அதுதான் மகா கலைஞன் உடைய மனம் திறந்த வார்த்தைகள்" என்று சொல்லி சிலாகித்தார்.

இப்போது நினைத்துப் பார்த்தாலும் ஆச்சரியமாக இருக்கிறது. இந்த சம்பவத்தின் பின்னணியாக நான் இயக்கிய 'வண்ணத்துப்பூச்சி' திரைப்படத்திற்கு அழைக்காமலேயே இசை வெளியீட்டு விழாவில்

வண்ணத்துப்பூச்சி திரைப்பட பாடல் வெளியீட்டு விழாவில் பாலுமகேந்திரா, மகேந்திரன்

பாலு மகேந்திரா வந்து கலந்து கொண்டு வாழ்த்திப் பேசினார்.

"சிறுவர்களுக்கான திரைப்படங்கள் தமிழில் குறைவாக இருக்கிறது. அந்த நேரத்தில் நீ தைரியமாக எடுக்கிறாய் என்பதற்காக நான் வந்து உன்னை வாழ்த்துகிறேன்" என்று பேசி விட்டுப் போனது இப்போதும் நினைவில் துடிக்கிறது.

முள்ளும் மலரும், உதிரிப்பூக்கள் தந்த இயக்குனர் மகேந்திரன் அவர்களை நடைபாதை வாசிகளிடம் பேசி தொகுத்து வெளியிட்டோம்.

துக்ளக்கில் எழுதிக் கொண்டிருந்த கைகளில் சுதந்திரமான பார்வை வெளிப்பாடாக அது அமைந்தது.

இதோடு நின்றுவிடவில்லை இயக்குனர் துரை, எழுத்தாளர் பாலகுமாரன், நடிகர் சந்திரசேகர், நடிகை காந்திமதி, நடிகை சுகாசினி என்று பலரையும் மக்களுக்கு நேருக்கு நேராக சென்று சந்தித்து அதனுடைய பிரதிபலனாக கட்டுரைகளை நாங்கள் வெளியிட்டோம்.

பேருந்தில் நடிகர் பாண்டியன் உடன்...

மாணவர்களுடன் வாகை சந்திரசேகர்

இன்னும் சொல்லப்போனால் நடிகர் பாண்டியன் அவர்களை ஓடும் பஸ்ஸில் பிரயாணம் செய்ய வைத்து, கண்டக்டரிடம் அனுமதி கேட்டு அவர் டிக்கெட் கொடுத்து அதில் கிடைக்கும் அனுபவங்களை வெளிக் கொணர்ந்தோம்.

அவர் இப்படியும் அப்படியும் ஆடிக்கொண்டு கண்டக்டர்கள் எப்படித்தான் டிக்கெட் தருகிறார்கள் என்று வியந்து பேசியது இன்னும் நினைவிருக்கிறது.

நடிகர் வாகை சந்திரசேகர் அவர்களை இன்னும் ஒரு படி மேலே சென்று என்ன செய்தோம் தெரியுமா?

நிழல்கள், பாலைவன ரோஜாக்கள் என்று புகழ் பெற்ற நேரம்.

அவரை தெருக்களில் அழைத்துக்கொண்டுபோய் மக்களிடம் உரையாடி அவர்களின் இன்ப துன்பங்களைக் கேட்டறிந்து அதை ஒரு நாள் சம்பவமாக பதிவு செய்தோம்.

இயக்குனர் 'பசி' துரையுடன் கல்லூரி நிகழ்வு

காந்திமதியை ஒரு சாலையில் அமர வைத்து பூக்களைக் கட்டி விற்றுக்கொடுக்குமாறு வைத்தோம்.

கிட்டத்தட்ட ஐந்து ஆறு மணி நேரம் பூக்களை சாதுரியமாக தொடுப்பது விற்பது எப்படி என்று அவரும் கற்றுக்கொண்டார்.

"அடடா சினிமாவுல வேலை இல்ல போல அதான் இப்படி வந்துட்டாங்க" என்று வருத்தப்பட்டு பாமர மக்கள் பேசியது கேட்டோம்.

"இந்தாப்பா தம்பி பாத்தாயா ஜனங்க என்ன சொல்றாங்கன்னு. இதான் நிலமை. கடைசிவரைக்கும் ஓஹோன்னு சினிமாக்காரங்க இருப்பாங்கன்னு நினைக்கிறாங்க"

என்று சொன்ன அந்த நினைவுகளை அப்பொழுது நாங்கள் பதிவு செய்தோம்.

இயக்குனர் துரை அவர்கள் பல படங்கள் இயக்கி இருந்தாலும் 'பசி' என்ற படத்திற்குப் பிறகு கவனிக்கும் இடத்திற்கு மாறினார்.

இந்தப் பசி கதை அம்சத்தை எவ்வாறு எடுத்தது என்று மீனாட்சி கல்லூரியில் அவர் பகிர்ந்துகொண்டது ஒரு சிறப்பான பதிவு.

இப்படியாக கலைஞர்களுக்கும், மக்களுக்கும் உள்ள இடைவெளியைக் குறைக்க நிகழ்வுகளை ஏற்படுத்திக் கொடுத்து மக்களின் பிரச்சனைகளை புரிந்து கொள்ள வழிவகை செய்தது தாய் வார இதழ் என்று சொன்னால் அது மிகையாகாது.

மிஸ்டர் பாரத் படத்தில் நடித்துக்கொண்டிருந்த போது சூப்பர் ஸ்டார் ரஜினிகாந்த் அவர்களுடன் 24 மணி நேரம் உடன் இருந்து எழுதினேன்.

அவர் வீட்டில் இருந்து கிளம்பி படப்பிடிப்பு செல்வது, நடிப்பது, பிறகு ரசிகர்களை சந்திப்பது,

படப்பிடிப்பில் ரஜினிகாந்துடன்

நண்பர்களை சந்திப்பது, ஓய்வு நேரத்தில் அவருடைய பங்கு, மீண்டும் மக்களை அவர் சந்திப்பது என்று ஒரு நாள் முழுவதும் அவருடன் இருந்தேன்.

உள்ளது உள்ளபடியே எழுதி வாசகர்களிடம் ஒரு புதிய ரசனையை உருவாக்கினோம்.

நடிகை சுகாசினி, 'நெஞ்சத்தை கிள்ளாதே' படம் நடித்து பிரபலமான சமயத்தில். எல்டாம்ஸ் ரோடு சாம்கோ ஓட்டல் அருகில் உள்ள கமல்ஹாசன் வீட்டில் அனைத்துக்கல்லூரி மாணவர்களை அழைத்துச் சென்று விவாதம் நிகழ்த்தினோம்.

என்னவோ தெரியவில்லை அப்போதும் சரி இப்போதும் சரி மக்கள்பால் அதிக ஈடுபாடு கொண்டவர் சைதை துரைசாமி அப்பொழுது அவர் அதிமுகவில் எம்எல்ஏவாக இருந்தார்.

சைதை துரைசாமி

அவருடைய சைதை தொகுதியை இரண்டு நாட்கள் அவருடன் சென்று சுற்றிப்பார்த்து குறை நிறைகளை நாங்கள் தாய் வார இதழில் பதிவு செய்து அனைவரையும் பிரமிக்கச் செய்தோம்.

பிறகு ஓராண்டு கழித்து அவரிடம் சொன்ன குறைகள் தீர்க்கப் பட்டதா என்று நாங்கள் தனியாகச் சென்று பார்த்து மறுபடியும் அதை பதிப்பித்தோம்.

இப்படி இன்வெஸ்டிகேஷன் ஜர்னலிசம் என்பதை ஜூனியர்விகடன் வருவதற்கு முன்பாகவே நாங்கள் தொடங்கி விட்டோம். அதாவது தாய் தொடங்கி விட்டது என்றுதான் கருதுகிறேன்.

நாங்கள் வேகவேகமாக அதிகபக்கங்கள் எழுதுகிறோம் என்று கருதி அங்கே இருந்த பொறுப்பாளர் எங்களுடைய கட்டுரைகளை பலசமயம் மறைத்து வைத்து தாமதப்படுத்துவது வழக்கம்.

இதைப் புரிந்து கொண்ட ஆசிரியர் நேரடியாக என்னிடம் கொண்டுவந்துதாருங்கள் என்றுசொன்னதும் உண்டு.

இரவு 11 மணிக்கு மேல் வெளியில் சென்று பேட்டி எடுத்து வந்து அவரிடம் தொலைபேசியில் சொல்வோம். அவரோ நேரடியாக நீங்கள் கம்போஸ் செய்ய சகாயத்திடம் கொடுத்து விடுங்கள் அது தலைப்புச் செய்தியாக வரட்டும் என்று சொல்லி விடுவார்.

நாங்கள் அங்கேயே தங்கிபடுத்து உறங்கி அது பிரசுரமாகி வெளிவரும் நிலைவரை இருந்ததும் உண்டு.

ஒரு பத்திரிகை என்பது வந்த செய்திகளை போடுவது மட்டுமல்ல, நாம் தேடிப் போய் செய்திகளை சேகரித்துக் கொண்டு வருவது முக்கியம்.

அதுவும் மக்களின் மனக் குறிப்பாக இருக்க வேண்டியது அவசியம். இலக்கியப் படைப்பின் தரமாக இருக்க வேண்டும் என்பதும் அவசியம் என்பதை புரிந்து கொண்ட வலம்புரிஜான் அவர்கள் எங்களுக்கு அந்த உரிமையை வழங்கினார்கள்.

இளைஞர்களும், இலக்கியத்தை விரும்பும் இலக்கியவாதிகளும், பெரும்பாலான பொதுத்தள தமிழ் வாசகர்களும் விரும்பிப் படிக்கிற வார இதழாக தாய் மலர்ந்த நேரத்தில் பல்வேறு தரப்பில் வரவேற்பு வந்தன.

அதே சமயம் இந்த இதழின் வளர்ச்சி பார்த்து பொறாமைப் படாதவர்கள் உண்டா என்ன?

அப்படி நடந்த சம்பவமும் உண்டு

ஈரோடு தமிழன்பன் கிரிக்கெட்டும் கே. அறிவுமதியின் சிறுகதையும்

ப. உ. ச என அழைக்கப்படும் ப.உ.சண்முகம் அவர்களை கேள்விப்பட்டிருக்கிறீர்களா? கேள்விப் பட்டு இருக்கக்கூடும்.

ஏனென்றால் அவர் டாக்டர் கலைஞர் கருணாநிதி அவர்களின் அமைச்சரவையில் உணவு அமைச்சராக இருந்தவர்.

பின்னாளில் அண்ணா திராவிட முன்னேற்றக் கழகம் புரட்சித்தலைவர் எம்ஜிஆர் தொடங்கியதும் கூடவே வந்து விட்டவர்.

அமைச்சராகவும் இருந்தவர்.

அவர் நன்றாக பேசுவார் என்று பலருக்குத் தெரியும். ஆனால் நன்றாக எழுதுவார் என்று பலருக்குத் தெரியாது. அப்படி எழுதக் காரணமாக இருந்தது தாய் வார இதழ்.

அப்படி என்ன அவர் எழுதினார் என்றால் ஒவ்வொரு திருக்குறளுக்கும் ஒரு சிறுகதை எழுதி அதை ஓவியர்

ப.உ.சண்முகம்

ஆர்.சி.சம்பத்

ஜெயராஜ் படம் வரைய அழகாக மூன்று பக்கங்கள் வரும்படி வலம்புரிஜான் அவர்கள் வாய்ப்பினை வழங்கினார்கள்.

'ஒரு குறள் சிறுகதை' என்று தலைப்பில் சுவையாக எழுதினார் ப உ ச.

அவருடன் மாதந்தோறும் ஒரு கவிதையை மணிமொழி எழுதிக் கொண்டு வந்தார்.

சூரியகாந்தன், ரகுநாத், கஸ்தூரிரங்கன் அலுவலக ஆஸ்தான எழுத்தாளர்கள். பொன்ஜெயந்தன் வானவில் என்று சினிமா செய்திகளை தொகுத்து கொடுத்துக் கொண்டிருந்தார்.

பிக்பாஸில் பிரபலம் உமாசம்பத் அவர்களின் தந்தை ஆர்.சி.சம்பத் பிலிம் இன்ஸ்ட்டிடியூட்டில் படித்தவர். அவர் அவ்வப்போது ஃபிரீலேன்ஸ்ஸராக எழுதிக் கொண்டிருந்தார் .

அப்படி எழுதிய ஒரு கவிதை பிரபலமாக பேசப்பட்டது.

அது இதுதான்.

"திருமணம்
சொர்க்கத்தில் நிச்சயிக்கப்படுகிறது
என்கிறீர்கள்.
சரி
அவ்வளவு உயரத்தில்
ஏதாவது ஒரு
அசம்பாவிதம் நடந்தால்
எப்படி காப்பாற்றுவது?"

என்று கிண்டலும் கேலியுமாக எழுதி இருப்பார்.

அதை மேடைதோறும் வலம்புரிஜான் அவர்கள் பேசினார்.

கவிஞரும் எழுத்தாளருமான ஆண்டாள் பிரியதர்ஷினி இன்று பிரபலமாகஎல்லோருக்கும் தெரியும்.

ஆனால் அவரின் முதல் சிறுகதை வந்தது தாய் இதழில் தான்.

"இலட்சியங்களுக்கு ஒரு இரங்கற்பா"

ஆண்டாள் பிரியதர்ஷினி

அது இவரின் முதல் சிறுகதை என்று ஆசிரியர் அடிக்கோடிட்டார்.

அந்தக் காலகட்டத்தில் மிகப் பிரபலமான எழுத்தாளர்களும் இந்த இதழில் எழுதிக் கொண்டிருந்தார்கள்.

சிவசங்கரி

அனுராதா ரமணன்

இதயம் பேசுகிறது, ஆனந்த விகடன், குமுதம் போன்ற பத்திரிகைகளில் எழுதிக்கொண்டிருந்த எழுத்தாளர் சிவசங்கரி 'பிராயச்சித்தம்' என்று ஒரு தொடர் எழுதினார்.

அதேசமயம் "நாளொரு மேனி" என்று சுஜாதாவும் ஒரு தொடர்கதை எழுதிக்கொண்டிருந்தார்.

"முத்தமிட நேரமில்லை" என்ற தொடரை அனுராதா ரமணன் எழுதிக் கொண்டிருந்தார்.

அப்போது பிரபலமாக இருந்த நடிகை லக்ஷ்மி "நினைவுகள் பசுமையானவை" என்ற ஒரு தொடரை எழுதினார்கள்.

அது அவருடைய வாழ்க்கையின் பிம்பங்கள்.

நான் சுயத்தன்மையோடு எழுதத் துவங்கிய கால கட்டம்.

'தெருக்கூத்தை காப்பாற்றியாக வேண்டும்' என்று வேட்டவலம் கே எஸ் கண்ணன் அவருடைய கருத்தை நான் வெளியிட்டேன்.

"அவரவர் வாதம் அப்படியே" என்று கலைஞர்களின் எண்ணங்களை தொகுத்தேன்.

இசை மேதைகள் வீணை சிட்டி பாபு, டி என் கிருஷ்ணன், பாலமுரளிகிருஷ்ணா, புல்லாங்குழல் ரமணி போன்றவர்களின் கருத்துக்களைத் தாங்கி தாய் பிரசுரம் செய்தது.

அப்போதே "எம்எஸ்வி யை விட இளையராஜா ஜீனியஸ்" என்ற ஒரு வாதத்தை கிளப்பி கலந்துரை யாடலாய் வெளியிட்டது.

அது பிரபலமாக அப்போது பேசப்பட்டது.

சொன்னால் ஆச்சரியமாக இருக்கும், 'பைரவி பதில்கள்' வலம்புரிஜானின் கவித்துவ வரிகள் தாங்கி வருவது.

அதைப் படிப்பதற்கு என்று ஒரு வாசகர் வட்டம் இருந்தது.

ஒரு வாசகர் கேட்ட கேள்வியை, அவர் தந்த பதிலை இங்கே நினைவு படுத்துகிறேன்.

ஜனவரி 10, 1982 இதழில் அருப்புக்கோட்டை வேலாயுதம் என்ற ஒரு வாசகர் ஒரு கேள்வி கேட்டிருந்தார்.

கேள்வி: புரட்சித் தலைவரை முதன்முதலில் எந்த நாளில் சந்தித்தீர்கள். நினைவிருக்கிறதா?

பைரவி : 1971 ஆம் ஆண்டு மே மாதம் முதன் முதலில் சந்தித்தேன்.

மாணவர்கள் சார்பில் கொண்டாடப்பட்ட கலைஞர் கருணாநிதியின் பிறந்தநாள் விழாவிற்காக நன்கொடை வாங்கச் சென்றேன்.

பணத்தைத் தந்து பாசத்தைப் பொழிந்தார். அதுதான் முதல் சந்திப்பு.

இப்படியாக ஒரு பதில்.

நினைவலைகளை இவ்வாறு திருப்பிக் கொண்டு செல்கிறபோது அரசு மணிமேகலை எழுதுவது நினைவிற்கு வந்தது.

அவர் காயிதே மில்லத் கல்லூரி பேராசிரியர்.

நல்ல பேச்சாளர்.

'மாதர் மையம்' என்ற தலைப்பில் பெண்களின் பிரச்சினைகளை ஒரு தொடராக எழுத அது வெளிவந்தது .

இங்கே ஒன்றை நினைவு கூற வேண்டும். ஜெயகாந்தன் அவர்கள் எப்படி கம்போசிங் இல் இருந்து சிறுகதை கவிதை எழுத வந்தாரோ அது போல் தாயிலும் ஒருவர் இருந்தார்.

ஜெயகாந்தன் அவர்களைப்போல இவரும் எழுத்து வல்லமை கொண்டவர் என்பதற்காக குறிப்பிடவில்லை. இந்த ஒப்பீடு கம்போசிங் அதிலிருந்து அவர் எழுதுகிறார் என்பதற்காகவே.

சகாயம் முன் பல் நீண்ட கருத்த உடல் கொண்ட திருநெல்வேலிக்காரர். அவர் எழுதியதை ஆசிரியரிடம் காண்பித்ததும் உடனே அவர் இதை பிரசுரம் செய்ய வேண்டும் என்று அவரிடமே கம்போசிங் செய்யக் கொடுத்தார்.

'நெஞ்சின் அலைகள் நினைவின் நிழல்கள்' எதைப் பற்றியது என்று சொன்னால் இயேசுநாதர் பற்றியது.

நிறைய வாசகர்களை கவர வேண்டும் என்பதற்காகவே ஹேமா ஆனந்ததீர்த்தன் உடைய கதைகளை வாங்கி அனைவரும் வெளியிடுவது வழக்கம்.

அதேபோல் தான் தாய் ஒரு தொடர் வெளியிட்டது.

அதன் பெயர் 'ரேகா சதீஷ் ராஜி' தலைப்பிலேயே அவர் என்ன எழுதியிருப்பார் என்று புரிந்து கொள்ளலாம் தானே?!

ஒவ்வொரு துறையாக ஒவ்வொரு வாரமும் சிறப்பிதழ் வெளியிட்டு வாசகர்களை கவர வேண்டும் என்பது அப்போதைய திட்டத்தில் ஒன்று.

அதேபோல் கிரிக்கெட் சிறப்பிதழ் ஒன்றும் தயாரிக்கப்பட்டது.

இப்போது குமுதத்தில் தொடர்ந்து பிரபலமாக எழுதிக் கொண்டிருக்கிற திருவேங்கிமலை சரவணன் அப்பொழுது அவர் இந்த இதழ் தயாரிக்க பெரும் உதவியாக இருந்தார்.

திருவேங்கிமலை சரவணன்

அப்போது தபாலில் பம்மல் ஆர் ராம்கோ என்று ஒரு வாசகர் புதுவிதமான கிரிக்கெட் குறளை எழுதி அனுப்பியிருந்தார். அதைப் பார்த்துவிட்டு உடனே வெளியிடவும் செய்தார் ஆசிரியர்.

அதில் ஒரு குறள்.

"ரன் எடுத்து வாழ்வாரே வாழ்வார் மற்றெல்லாம் டக்கெடுத்து பின் செல்பவர்"

அப்படியே புரட்டிக் கொண்டு வந்தபோது கவிஞர் ஈரோடு தமிழன்பன் கிரிக்கெட் பற்றி எழுதிய ஒரு கவிதை கண்டதும் ஆச்சரியப்பட்டேன்.

அந்த கவிதை இதுதான்.

வாழ்க்கையும் கிரிக்கெட்டும்

வாழ்க்கை கிரிக்கெட்டில்
அவாய்மை குவிக்கும்
ஓட்டங்களை கணக்கிட்டால்
கவாஸ்கரைப் பற்றிய
நமது கர்வம்
கரைந்து போய்விடும்.

ஒவ்வொருமுறையும்
ரணம் பட்ட உடம்போடு வாய்மை
ரன் அவுட் ஆகிறது"

இதில் அவாய்மை என்ற சொல்லைப் பயன்படுத்தி உள்ளார். அதன் பொருள் பொய்மை என்பதாகும்.

நகைச்சுவை நாடகங்களிலும், திரைப்படத்திலும் கொடிகட்டிப் பறந்த நகைச்சுவை நாயகன் எஸ்.வி.சேகர் கூட ஒரு கவிதை எழுதி இருக்கிறார்.

ஈரோடு தமிழன்பன், ப.இளம்பரிதி அவர்களுடன்

எஸ்.வி.சேகர்

அப்படியா?
என்றால் ஆமாம்.

அது என்ன என்று பார்த்தால்

“கருப்பாய் குழந்தை
யாரோ அடித்ததும்
கதறக் கதற
அழுதது கண்ணீர் விட்டு.”

அது அவரின் கவிதைப் பார்வை.

பாவலர்அறிவுமதிநீங்கள் கேள்விப்பட்டிருப்பீர்கள் .
என்ன கேள்வி இது?
அவரைத்தெரியாமலா?

சரிதான்.

அவர் தனக்கென்று ஒரு தனி அடையாளத்தை கவிதை உலகத்திலும், திரைப்பட உலகத்திலும் எழுதி (ஆங்கிலம் கலக்காத தமிழ் பாடல்களை எழுதுகிறார்) உலகமெங்கும் அறிப்பட்டிருக்கிறார்.

அந்த நாளில் அறிவுமதி வீடு பலருக்கும் அடைக்கலம் தந்த வீடு .

அவரை ஒருமுறை. சந்தித்து நீங்கள் சிறுகதையை புதுக்கவிதை வடிவில் எழுதினால் என்ன என்று கேட்டேன்.

அதற்கு அவர் “எழுதலாமே” என்றார்.

அறிவுமதி “எழுதித் தாருங்கள்” என்று சொன்னதும் அவர் ‘தண்ணீரின் தாகங்கள்’

என்ற தலைப்பிட்டு ஒரு சிறுகதையை புதுக் கவிதையில் அழகிய வடிவில் எழுதி அளித்தார்.

அது இதுதான்:

கவிஞர் அறிவுமதியுடன்

காதலனும் காதலியும் மனம்விட்டு காதலித்துக் கொண்ட பிற்கு ஒரு காலகட்டத்திற்குப் பின் காதலி வேறு ஒருவனை திருமணம் செய்து கொள்கிறாள். வேறு வழி தெரியாமல் தனித்து நின்ற அந்த காதலன்

நீ கட்டிய கணவனோடு உன் வாழ்க்கையை செம்மையாய் நடத்து என்று சொல்லி தன்னுடைய எண்ணங்களை வெளிப்படுத்துகிற காதலனாக அது வெளிவந்தது.

அந்த சிறுகதை புதுக்கவிதை வடிவத்தில் வந்ததைப் பாருங்கள்.

முதலில் அந்த சிறுகதை இப்படித்தான் துவங்குகிறது.

"எனது
உதடுகளின் மேல்
வாலிபம் வந்து
அமர்வதற்கு முன்னதாக
உதய காலம் ஒன்றின் முற்றத்தில்..

அன்பே!
உன்னை நான் சந்தித்தேன.
நீ போகிறாய்
மெல்ல மெல்ல...”

எனத்தொடங்கும் அந்த சிறுகதை புதுக்கவிதை வடிவம் இறுதியிலே எவ்வாறு அடையாளப்படுத்துகிறது என்று பாருங்கள்

“ஒரு
வானவில்லைப் போல்
வளர்ந்த காதல்
இதோ
உடைந்த வளையல் துண்டாய்
புழுதியில்
கிடக்கிறது”

காதலின் வலியை இவ்வாறாக அவர் வளையல்களின் மூலமாக சொல்வதை நாம் காண முடிகிறது .

பின்னொரு நாளில் ஒரு கவிதையில்

“குளத்தில் கல்லெறிந்தேன்
நிறைய வளையல்கள்''

என்று எழுதி இருப்பார்.

வளையல்கள் என்பது அவருடைய மனதில் அழுந்திக் கிடக்கிற ஒரு படிமம்.

தாய் இதழில் நானும் பிரபுவும் போட்டி போட்டுக் கொண்டு எழுதினோம். அப்பொழுது நான் வாரத்திற்கு பத்திற்கும் மேற்பட்ட பக்கங்களில் எழுதுவேன்.

இலக்கியம், சமூகம், திரைப்படம், இசை என்ற எல்லா வடிவங்களிலும் எழுதிக் கொண்டிருந்ததால் ஒரே பெயரை நான் பயன்படுத்துவதை விரும்பாத காரணத்தால் வேறு பெயர்களிலும் வேலன்டினா, மதி, ராசி, ராஜா, ராசி அழகப்பன் என எழுதினேன்.

மதி என்ற பெயரில் வந்த ஒரு நேர்காணல் அனைவராலும் அப்போது பேசப்பட்டது.

ஒவ்வொரு கலைஞனின் அப்டேட் தான் அந்த பகுதி.

அதற்கு வலம்புரிஜான் "ஆமாங்க அது என்ன ஆச்சு" என்று வித்தியாசமாக தலைப்பிட்டு இருந்தார்.

எம்.ஜி.வல்லபன் பிலிமாலயா என்ற இதழை நடத்திக் கொண்டிருந்தார். அது என்ன ஆயிற்று என்பது கேள்வி?

நடிகை விதுபாலா 'பிரயாகா 'மலையாளப் படம் என்ன ஆயிற்று என்பதான பதில்.

ரதி என்ற திரைப்படத்தை இயக்கிய கமல தியாகராஜன் பற்றிய ஒரு நேரடி கேள்வி.

அதை விட முக்கியமான விஷயம்.

பாரதிராஜா இயக்கிய '16 வயதினிலே' படக் கதை எழுதிய ஆர் செல்வராஜ் இயக்குனராகி 'புதிய அடிமைகள்' என்றொரு படத்தை எடுத்தார் இயக்கினார்.

அது ஒரு கலைப் படம் என்று பேசப்பட்டது.

அது என்ன ஆயிற்று என்பதுதான் கேள்வி.

இசையமைப்பாளர் சந்திரபோஸ் அவர்கள் 'நெருப்பு நீராகிறது'

திரைப்படத்தில் நடித்தார்.

ஆனால் வெளி வரவே இல்லை.

இது என்ன ஆயிற்று?

இது என்ன புதிதான வித்தியாசம் என்று கேட்கக் கூடும். ஏதோ கேள்விப்பட்டோம் என்று கிசுகிசுவாக

எழுதாமல் நேரடியாக கலைஞர்களின் உள்ளப் பதிவை வெளியிட எண்ணியதுதான் ஜர்னலிச நேர்மை.

கவிவேந்தர் மு.மேத்தா அவர்களின் தொடர் கவிதை தாயை பெருவாரியாக முன்னிலையில் வாசகர்களிடம் கொண்டு போய் சேர்த்தது.

மு.மேத்தா

அது வாசகனுக்கு புத்தம் புதிய செய்திகளையும் பரவசமான மொழிநடையையும், அறிய வழி செய்தது.

இப்படியாக எல்லோரையும் கவர்ந்து வந்த தாய் பல்வேறு புதிய செயல்களிலும் ஈடுபட்டது

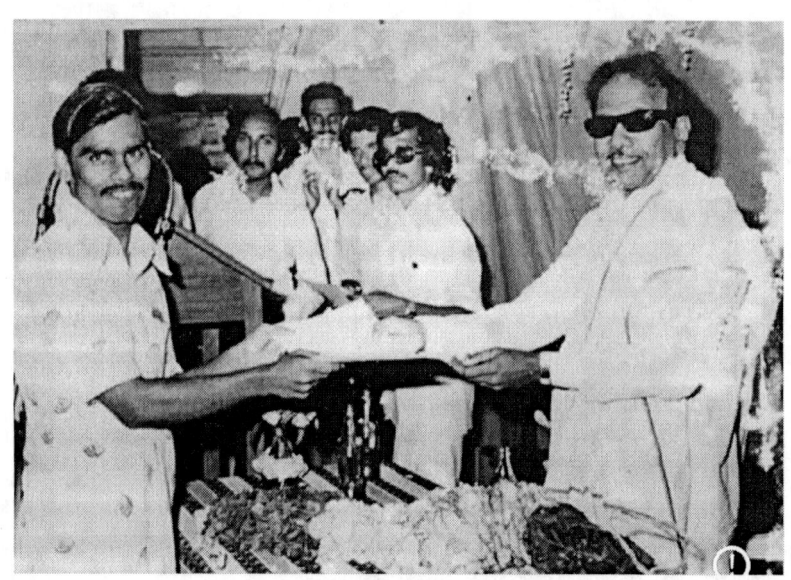

முதல்வர் கலைஞர் மு.கருணாநிதி அவர்களிடம் மாநில அளவிலான கவிதைப்போட்டியில் முதல் பரிசு பெற்றபோது

படைப்பாளர்களுக்கு தாய் அளித்த அங்கீகாரம்

டொமினிக் ஜீவா.

இவரைப் பற்றி கேள்விப்பட்டிருக்கிறீர்களா?

இவர் இலங்கை எழுத்தாளர்.

'மல்லிகை' பத்திரிகை ஆசிரியர்.

'எழுதப்படாத கவிதைக்கு வரையப்படாத சித்திரம்' என்ற சிறந்த சுய வரலாற்று நூலை எழுதியவர்.

நம்முடைய தமிழகத்தின் சிறுகதை சக்கரவர்த்தி ஜெயகாந்தனைப்போல அவர் இலங்கையில் என்று சொல்லலாம். ஒப்பீடு அவசியமில்லை தான் எனினும் அவரை புரிந்துகொள்ள ஏதுவாக இருக்கும் அல்லவா?

அப்பொழுது டொமினிக் ஜீவா, 'தண்ணீரும் கண்ணீரும்', 'பாதுகை', 'காலையில் திருப்பம்' என்ற நூலை எழுதி பிரபலமாக இருந்தார்.

அந்த நூல்களை வலம்புரிஜானிடம் வழங்கினார்.

அவர் பின்னாளில் இலங்கை பேராதனைப் பல்கலைக்கழகம், தென்னிந்திய கழகம் இணைந்து 2007 சங்கச் சான்றோர் விருதைப் பெற்றார்.

உலகில் கவனிக்கத்தக்க 'இயல் விருது' என்ற விருதை 2013 இவர் பெற்றார்.

அந்த இயல்விருது கனடா தமிழ் இலக்கியத் தோட்டம் டொரண்டோ பல்கலைக்கழக தென்னாசிய கழகமும் இணைந்து தருகிறது.

இந்த இயல் விருது 'இடபம்' என்ற புனைவுக்காக எழுத்தாளர் பா.கண்மணி 2021ல் பெற்றுள்ளார்.

எதற்காக இங்கே டொமினிக் ஜீவா பற்றி சொல்கிறேன் என்றால் அவர் திடீரென்று ஒருநாள் தாய் அலுவலகத்திற்கு வந்து ஆசிரியர் வலம்புரிஜானைப் பார்த்து நெகிழ்ந்து போனார்.

முன் நேரம் அனுமதி வாங்கிக் கொண்டு வந்து தான் படைப்பாளர்கள் தன்னை சந்தித்து உரையாட வேண்டுமென்ற கட்டுப்பாடு ஆசிரியருக்கில்லை.

திடீரென வந்த ஜீவா செய்தியை நான் சொல்ல உடனே வரச்சொல்லு என்று வரவேற்றார்.

அந்த சந்திப்பு கிட்டத்தட்ட அரை நாள் வரை நீடித்தது. அந்த விவாதத்தில் என்னையும் ஒரு பார்வை யாளனாகவும் இடையில் ஊடாக பேசுகிற ஒரு மாணவனாகவும் ஆக்கினார் ஆசிரியர் வலம்புரிஜான்.

டொமினிக் ஜீவாவின் கதைத்தல் என்கிற பேச்சு மிகவும் மென்மையாகவும், இனிமையாகவும் அமைந்தது.

வலம்புரி ஜான் அவர்கள் திடீரென "உங்களுக்கு டொமினிக் ஜீவா நிஜப் பெயரா?" என்று கேட்டார்.

அதற்கு சிரித்துக்கொண்டே டொமினிக் ஜீவா. "இல்லை புனைபெயர்தான்." பிறகு பெயர் வந்ததன் காரணத்தை சொன்னார்.

இடது ஓரம் ராசி அழகப்பன்
வலது ஓரம் டொமினிக் ஜீவா

கம்யூனிஸ்ட் தலைவர் ப.ஜீவானந்தம் அவர்கள் தலைமறைவாக யாழ்ப்பாணத்திற்கு ஒரு முறை வந்த போது அவரை சந்தித்து சிலநாட்கள் உரையாடினேன். ப.ஜீவானந்தத்தின் மேலிருந்த பற்றுதல் காரணமாக டொமினிக் பின்னால் ஜீவா சேர்த்துக் கொண்டு டொமினிக் ஜீவா ஆக மாறினேன்" என்று சொன்னார். நாங்கள் வியந்து பார்த்துக் கொண்டிருந்தோம்.

"நீங்கள் எழுத்தாளர் ஆவதற்கு முன் டொமினிக் என்ன செய்தீர்கள்?" என்று வலம்புரிஜான் கேட்டார் .அதற்கு அவர் சிரித்தபடியே தனது இளமைக்காலத்தின் நிகழ்வைச் சொன்னார்.

"பன்னிரண்டாவது வயதில், ஐந்தாம் வகுப்போடு பள்ளிப் படிப்பை நிறுத்தி, தந்தையின் கடையில் முடிதிருத்தும் தொழிலைச் செய்தேன். "சவரக்கடையே எனது சர்வகலாசாலை" ஆனது.. 'யோசப் சலூன்' எனவும் 'வண்ணான் குளத்தடிக் கடை' எனவும் அழைக்கப்பட்ட அந்தச் சிகையலங்கார நிலையமே, எனக்கு கற்கை நிலையமானது." என்றார்.

தமிழகத்தில் திராவிட இயக்கச் சிந்தனைகள் முடிதிருத்தும் இடங்களில்தான் முதலில் பரவலாக பேசப்பட்டு வளர்ந்தது என்பதை இங்கு நினைவு கூற வேண்டும்.

டொமினிக் ஜீவா திராவிடக் கொள்கைகளால் ஈர்க்கப்பட்டு பின்பு கம்யூனிசக் கொள்கைகளால் ஈடுபாடுகொண்டு இரண்டும் கலந்த மிகச் சிறந்த எழுத்தாளராக அவர் மாறினார்.

யாழ்ப்பாணத்தில் போர் நடந்து கொண்டிருந்த போதும் மல்லிகை இதழை தொடர்ந்து நடத்தினார்.

தன்னுடைய 93வது வயதில் நோய் தொற்று காரணமாக மறைந்தார் என்று நினைக்கும்போது வருத்தமாக இருக்கிறது.

அன்றைய சந்திப்பில் டொமினிக் ஜீவா உடன் ஒரு எழுத்தாளர் வந்ததாக நினைவு.

அவர் பெயர் நினைவில் இல்லை.

இருந்தாலும் அவர் கேட்ட கேள்வி இன்றும் என்னைத் தொடர்ந்து கொண்டே வருகிறது.

அவர் ஆசிரியரைப் பார்த்து "வலம்புரிஜான் சார் எப்பொழுது பார்த்தாலும் கையில் புத்தகங்களை வைத்துக் கொண்டு இருக்கிறீர்களே.. வாசிப்பது என்பது அவ்வளவு முக்கியமா?" என்று கேட்டார்.

அப்போது அவர் தந்த விளக்கம் பின்னாளில் நூல்களில் வலம்புரிஜான் வெளிப்படுத்த காரணமாக அமைந்தது.

அதற்கு பிற்பாடுதான் பல முறை தன்னுடைய நூல்களில் அதற்கான விளக்கத்தை அழுத்தமாக எழுதினார்.

இன்று பலபேர் வசிப்பதற்கு இடம் தேடுகிறார்களே ஒழிய வாசிக்கிற இடத்தை நோக்கி செல்வதில்லை.

இதைப்பற்றி வலம்புரிஜான் அவர்கள் மிகச்சிறப்பாக "சிந்திக்கத் தெரிந்த சிலருக்காக" என்ற நூலில் எழுதியுள்ளதைச் சொல்கிறேன்.

"நம்மைத் தூங்க விடாமல் விழிக்கச் செய்கிறது. புத்தகங்கள் இல்லாத வீடுகள் சாப பறவைகளின் சரணாலயங்கள்.

புத்தகசாலை இல்லாத ஊர்கள் புழுதி படர்ந்த புதை மேடுகள்.

நான் மரணித்துப் போகிறபோதும் புத்தகங்களோடு என்னைப் போக விடுங்கள்.

காரணம் தூங்குகிற போதும் நான் அவைகளோடு தொடர்பு வைத்து இருக்கின்றேன்.

தமிழ்நாட்டில் புகை வண்டிகள் நிற்கிற பல இடங்களில் சாயா கிடைக்கிறதே தவிர நம்மை சாய விடாமல் நிலை நிறுத்துகிற புத்தகங்கள் கிடைக்க வில்லை".

இன்னும் ஒன்றைச் சொல்கிறார்.

"காரல் மார்க்சைப் படித்துவிட்டு கண்மூடுகிற ஒருவனின் கனவில் காபரேக்காரிகள் வந்தார்கள் என்றால் அவன் விழித்து இருப்பதற்காக படித்தவன் இல்லை விழுந்து போவதற்காக என்று கொள்ளலாம்'' என்று அவர் தன்னுடைய எழுத்துக்களில் சாடுகிறார்.

"பாரதியார் நேற்று இன்று நாளை", எனும் நூலில் வெள்ளைக்காரர்கள் தான் நாடு அடிமைப்பட்டது என்கிற கருத்தை பாரதியார் முற்றாக தலைமுழுகி விட்டார்.

வெள்ளைக்காரர்கள் வருவதற்கும் பல்லாயிரம் ஆண்டுகளுக்கு முன்னரே மேல் கீழ் என்று ஆகிப்போன இந்தியச் சமுதாயத்தில் தங்களது அடிமை முத்திரையை

அழுத்தமாக இறக்குவதற்கு ஆங்கிலேயர்களுக்கு எளிதாக இருந்தது.

'மாடு தின்னும் புலையா
உனக்கு மார்கழித் திருநாளா?'

என்று நம்மவர்கள் நம்மவர்களையே கேட்டதால் தான் ஆறாயிரம் கற்களுக்கு அப்பாலிருந்து வந்த வெள்ளைக்காரனுக்கு "தொண்டு செய்யும் அடிமை உனக்கு சுதந்திரம் நினைவோடா?" என்று கேட்க முடிந்தது.

ஆகவே 'எங்கும் சுதந்திரம் என்பதே பேச்சு நாம் எல்லோரும் சமம் என்பது உறுதி ஆச்சு" என்று பாடுகிறார்.

பாரதி பெருமகனுக்கு அணி சேர்ந்து வந்தது எல்லோரும் சமமாக நடத்தப்பட வேண்டுமென்ற காரணத்தினால்தான்.

சுதந்திரம் என்பதில் பாரதியார் உறுதியாக இருந்தார்.

நிற்க.

ஒன்றை இங்கு நினைவுபடுத்த வேண்டும்.

எழுத்தாளர் புஷ்பா தங்கதுரையுடன் வலம்புரிஜான்

நாங்கள் தாய் இதழில் இருக்கிறபோதே லயோலா கல்லூரிக்கு அருகில் செயல்பட்ட ஐக்கப் (ICUF) தேன் மழை மாணவர் இதழ் 15வது ஆண்டு நிறைவு விழாவில் வலம்புரிஜான் அவர்கள் கலந்து கொண்டு பேசினார்கள்.

அந்த விழாவில் நா.பார்த்தசாரதி, ஓவியக் கவிஞர் அமுதோன், கவிவேந்தர் மு.மேத்தா போன்றவர்கள் கலந்து கொண்டு பேசினார்கள்.

அப்பொழுது ஆற்றிய உரை இன்றுவரை நினைவு கூறப்படுகிறது.

80களுக்கு முன்பாகவே மாணவர்கள் மத்தியில் முற்போக்கு எண்ணங்கள் கொண்ட படைப்புகளைத் தந்த இதழ் 'தேன்மழை' மாணவர் மாத இதழ்.

அப்போது மகிமைப் பிரகாசம் ஆசிரியராக இருந்தார்.

அதற்குமுன் பால்ராஜ், பால்பாஸ்கர், எஸ்.அறிவுமணி போன்றோர் ஆசிரியராக இருந்தார்கள்.

அதில் நான் சில காலம் பணியாற்றிக் கொண்டிருந்தேன்.

அந்தத் தொடர்பில் வலம்புரிஜான் அவர்களை நான் தான் அங்கு அழைத்துச் சென்று பேச வைத்தேன்.

"அக்கினிக் குஞ்சுகளை பிரசவம் செய்கிற படைப் பாளர்களை அரவணைத்து ஆராதிக்க வேண்டும். தமிழில் அது செய்யப்படாதது வருந்தத்தக்கது" என்று சாடினார்.

இலங்கைத் தமிழருக்கு ஆதரவாக ஈழப் படுகொலை செய்யப்படுவதை கண்டித்து ஒரு கூட்டம் லயோலா அருகில் உள்ள தேன்மழை இடத்தில் நடத்தினோம்.

எல்லாருடைய சட்டைகளும் கருப்புத் துணியில் தைக்கப்பட்டிருந்தது.

ஐக்கப் (ICUF) இலங்கை தமிழர் ஆதரவாக நடைபெற்ற கூட்டத்தில் ராசி அழகப்பன்

ஏன் இதயத்தில் ஆணிகள் அறையப்பட்டு இருந்தது என்றுதான் சொல்லவேண்டும்.

கவிஞர்கள் ஒன்று கூடிய அந்தக் கூட்டத்தில் நா.காமராசன், பெருங்கவிக்கோ, பாரதி காவலர் ராமமூர்த்தி, பாவலர் அறிவுமதி, கவிவேந்தர் மு.மேத்தா, பேராசிரியர் பெரியார்தாசன் என ஏராளமான படைப்பாளர்களும், பேராசிரியர்களும், மாணவர்களும் கலந்து கொண்டார்கள்.

அந்த நிகழ்வில் என்னை வலம்புரிஜான் பேச அழைத்தார்.

அப்போது "நம்முடைய தொப்புள்கொடி உறவுகள் இலங்கைத் தமிழர்கள். அவர்களுக்கு ஒரு பாதிப்பு என்று சொன்னால் நாம் எப்படி பார்த்துக் கொண்டு சும்மாயிருக்க முடியும். இன்னும் சொல்லப்போனால் மனிதம் எங்கே நசுக்கப்பட்டாலும் படைப்பாளர்கள் ஒன்று திரண்டு அதை எதிர்ப்பது கடமை"

சிந்தனை தூவுது நிலவு

வைரமுத்து

எனக்கு நிலவை அறிமுகப்படுத்தியது யார்? நினைவில்லை. ஆனாலும், நிலவோடு எனக்கு சிறுவயது முதற்கொண்டே சிநேகம்.

நான் போகும் வழியெல்லாம், கூப்பிடாமலே என்னோடு கூடவருவதனால், நிலவின் மேல் பிஞ்சு வயது முதற்கொண்டே பிரியம் எனக்கு.

குழந்தையின் வயிற்றில் மண் இருக்கிறது என்றாலும், அன்பு குறையாத தாய் மாதிரி, நிலவைப் பற்றிய விஞ்ஞான உண்மைகளால் நிலவின் மீதிருக்கும் பிரியம் குறைந்து விடவில்லை.

அதன் கிரணங்களைப் பிடித்துக் கொண்டே நிலவுக்கு ஏறிவிடலாம் என்ற பழைய ஆசைகளின் வேர்கள் இன்னும் பட்டுவிடவில்லை.

எனக்கு அது கிராமத்து நிலவாகத்தான் பழக்கம்.

நான் நிலாச்சோறு உண்டேனோ என்னவோ—நினைவில்லை. ஆனால், என் மனசுக்கு நிலாவே சோறாக இருந்த நாட்கள் நிறைய உண்டு.

எங்களூர் வராக நதியின் வெள்ளி மணற்பரப்பில் விழும் வெள்ளை வெளிச்சத்தை எந்த இருட்டிலும் என்னால் ஞாபகப்படுத்திக்கொள்ள முடிகிறது.

இதுவரை இலக்கியத்தில் படித்த எந்த நிலவும், நிஜநிலவு எனக்குள் ஏற்படுத்திய பரவசத்தில் பாதியைக்கூட என்னுள் ஏற்படுத்தி விடவில்லை.

நிலா ஒரு மனோரஞ்சிதம் மாதிரி. எந்தப் பூவை நினைத்து கொண்டு நுகர்ந்தாலும் அந்தப் பூவின் வாசம் வருமாமே அதில். அப்படித்தான் நிலவும். நாம் எந்த உணர்ச்சியில் இருக்கிறோமோ அந்த உணர்ச்சிக்கு ஏற்றவாறு அது ஒளி தெளிக்கும்.

பாரிமகளிருக்கு 'அற்றைத் திங்கள் அவ்வெண்ணிலவு' சுகஞ் சொட்டியது. பிறிதொரு பொழுதில் அதே வெண்ணிலவு சோகஞ் சொட்டியது. பாரதியின் சிந்துநதி நிலவு-காதல் சொல்லியது. வயலாரின் நிலவு—கண்ணீர் சொல்லியது. நிலாக்கால இரவில் ஒரு கைம்பெண்—நிலவைப் பார்த்து—"வெள்ளையாக இருக்கிறாயே—நீயும் விதவையோ?" என்று மலையாளத்தில் கேட்கும்போது நம் மௌனம் தற்கொலை செய்து கொள்கிறது.

என் ஞாபகங்களில் எப்போதும் உலவும் நிலவு, என் மனைவி எனக்குக் கடிதத்தில் எழுதிய காதல் நிலவு.

நிலாக்காலத்தின் ஈரவெளிச்சத்தில் எழுதிய கடிதம் அது.

"அந்த நிலவின் கறைமட்டும் எனக்குப் பிடிக்கவில்லை. கொஞ்சம் பொறுங்கள். என் சுட்டுவிரல் தொட்டு அதை அழித்து விட்டு எழுதுகிறேன்."

இந்த உற்சாக வரிகளை நிலவின் நெற்றியிலே ஒட்டி வருஷமெல்லாமும் வாசித்து வருகிறேன்.

ஆனாலும், அறிவு ஜீவிகளுக்கும், அடிப்படைத் தேவைகள் பூர்த்தியானவர்களுக்கும் மட்டும்தான் நிலவு ஓர் ஆனந்த பிம்பம். பாமரனுக்கோ- அது வானத்தில் ஒட்டப்பட்டிருக்கின்ற கேலண்டர்! அவ்வளவுதான்.

வீட்டுக்குத் தலைவனாக இருக்கும் கிராமத்துக் கிழவன் பௌர்ணமியன்று கனத்த குரலில் கட்டளையிடுவான்!

"அதான் நெலா வெளிச்சம் அடிக்குதே! வௌக்கு வேற எதுக்கு? மண்ணெண்ணெய்க்குக் கேடா?"

ஓ! நிலா எங்கள் தேசத்தின் பொருளாதாரத்தோடும் சம்பந்தப்பட்டிருக்கிறது.

வாலெண்டினா

70

என்று அப்போது பேசியது இப்போதும் மனதில் நிழலாடுகிறது.

இதுபோன்ற சமூக நிகழ்வுகளில் தன்னை அடையாளப்படுத்திக் கொள்ள முனைப்பாக இருப்பவர் தான் வலம்புரிஜான் அவர்கள்.

கவிஞர் மு.மேத்தா, அப்துல்கலாம், கவிஞர் பாலா

எழுத்தாளர்களை எப்போதும் தோளில் சுமக்கும் வலம்புரிஜான் அவர்களிடம் நான் வைரமுத்து நிலாவைப் பற்றிய சிந்தனைக் கட்டுரை எழுதி இருக்கிறார் என்று போய் கொடுத்தேன்.

அதை உடனே பிரசுரிக்கச் சொன்னார்.

அந்த நிலாவைப் பற்றி வைரமுத்து எழுதிய வரிகளில் சிலவற்றை நான் இங்கே குறிப்பிடுவது சிறப்பாக இருக்கும்'' என்று கருதுகிறேன்.

"அறிவுஜீவிகளுக்கும் அடிப்படைத் தேவைகள் பூர்த்தி ஆனவர்களுக்கு மட்டும்தான் நிலவு ஒரு ஆனந்த பிம்பம்.

பாமரனுக்கு அது வானத்தில் ஒட்டப்பட்டு இருக்கின்ற கேலண்டர் அவ்வளவுதான்.

வீட்டுக்கு தலைவனாக இருக்கும் கிராமத்துக்கு அவன் பௌர்ணமியன்று கனத்த குரலில் கட்டளையிடுவான்.

அதான் நிலா வெளிச்சம் அடிக்குது. விளக்கு வேற எதுக்கு?

மண்ணெண்ணைக்கு கேடா!

ஓ நிலா!

எங்கள் தேசத்தின் பொருளாதாரத்தோடும் சம்பந்தப்பட்டிருக்கிறது"

இது வைரமுத்து அவர்கள் பார்வை.

தாய் வார இதழை வெறும் பொருளாதாரத்துக்கான பத்திரிகை என்று நினைத்துவிடக்கூடாது.

அதை சமூகக் கருவியாக்குவது ஆசிரியரின் கையில்தான் இருக்கிறது.

அந்த வகையில் வலம்புரிஜான் அவர்கள் சமூகத்தின் சூரிய விளக்கு என்று தான் சொல்வேன். அவர் சமூகத்தில் நடக்கும் எல்லா நிகழ்வுகளிலும் தன்னை இணைத்துக் கொண்டே பயணப்படுவார்.

அப்படி பயணப்பட்ட முக்கிய நிகழ்வுகள் பலவும் இருக்கிறது.

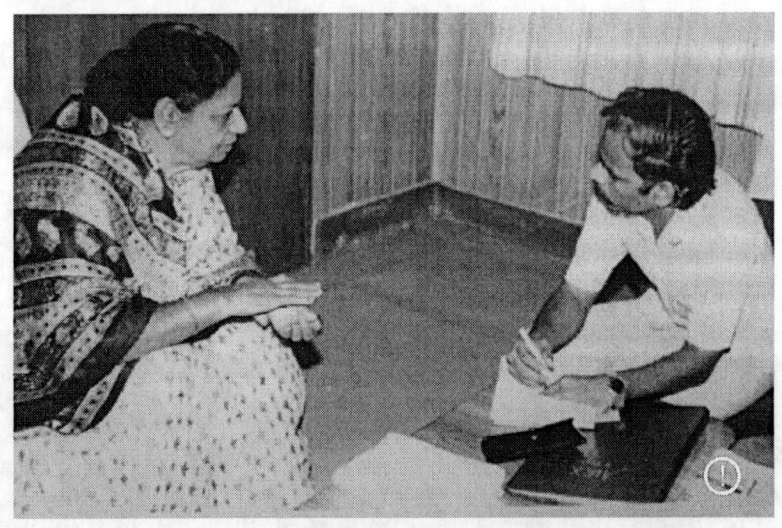

ஜானகி ராமச்சந்திரன் அவர்களுடன் ராசி அழகப்பன்

வலம்புரி வழியில்
விசாலப் பார்வை

வலம்புரிஜானோடு இரயிலில் பயணப்பட்ட அனுபவங்களின் நான் கற்றுக் கொண்டது, புதிய மனிதர்களோடு தன்னை அறிமுகம் செய்து கொண்டு உரையாடுவது. அதன் மூலம் பல செய்திகளையும், உண்மைகளையும் கண்டடைவது.

பெரிய புகழ் கிடைக்குமிடங்களில் பல உண்மைகள் சென்றடையாததற்குக் காரணம் இப்படி மக்களிடம் நேரடித் தொடர்பு வைத்துக் கொள்ளாமல் போனதே.

புகழ் வளையம் உண்மைகள் சென்றடையா புதைகுழி என்பது அவரது கருத்து.

சிறிது நேரம் கிடைத்தாலும் படிப்பது அவரின் பழக்கம்.

ஒருமுறை சுதந்திர தின சிறப்பிதழ் 'சாவி' வார இதழின் நடுப்பக்கத்தில் எனது கவிதை ஒன்று வெளிவந்தது. அது அப்போது பரிக்ஷாவில் நாடக நடிகராக இருந்த அலிடாலியா ராஜாமணி தன்னுடைய அலுவலகத்தில் நான் சந்திக்கச் சென்றபோது காத்திருந்த நேரத்தில் ஒரு தாளில் எழுதிய கவிதையைப் பார்த்து வாங்கிக்

கொண்டார். பிறகு தான் தெரிந்தது அதை சாவியிடம் தந்ததும், பிறகு அது பிரசுரமானதும் அந்தக் கவிதை இது.

"வீட்டுக்கொரு மரம்
நடுங்கள் என்கிறாய் தாயே!
அப்படியே செய்கிறோம்
ஒரு மரம் நடுவதற்கு
ஒரு வீடு தா!"

இந்தக் கவிதையைப் படித்துவிட்டு வலம்புரிஜான் அவர்கள் மேடைதோறும் பாராட்டிப் பேசிய குணம் எவருக்கு வாய்க்கும்?

தாய் இதழில் ஒரு பகுதி கையெழுத்துப் பத்திரிகை அறிமுகம். அது கிராமத்தில் வளரும் பருவத்தில் நடத்துகிற புது முயற்சி.

அதை மக்கள் மத்தியில் கொண்டு செல்ல நினைத்து எழுத வைத்தார். அப்படிப் பல பேர் இன்று பிரபலங்கள். உதயம் ராம், மௌனம் ரவி, பெருதுளசி பழனிவேல், எஸ்.அறிவுமணி, திருவண்ணாமலை ந.சண்முகம்.

ஒரு சிறிய துண்டுச்சீட்டில் எழுதினாலும் அதிலுள்ள சொற்கள் வீரியம் நிறைந்த விளைச்சல்கள் என்பதாக எடுத்துச் சொல்வார்.

இளைஞர்களை அடையாளப்படுத்தும் நோக்கம் உள்ளதென்பது அவரின் அடிப்படைப் பண்பு.

ஒருமுறை திரைப்படக் கல்லூரி மாணவர்களின் கல்லூரிப் படிப்பிலான படங்களைப் பற்றி அவர்களை வெளிக்கொணர்ந்தால் என்ன? என்று ஆசிரியரிடம் கேட்டேன்.

"அடடா... உடனே அதைச் செய்யுங்கள்" என்றார்.

அப்போதிருந்த கல்லூரி முதல்வரிடம் அனுமதி வாங்கி தரமணியில் தினமும் நான்கு படங்கள் பார்த்து ஒருவார காலம் குறிப்பெடுத்து பிறகு அவர்களைப் பற்றி தொடர்ச்சியாக எழுதினேன்.

அப்போது ஆபாவாணன், ஆர்.கே.செல்வமணி, ஆர்.வி.உதயகுமார், கண்டசாலா ரத்னகுமார், அரவிந்தராஜ், அர்ச்சனா, கிச்சாஸ் போன்றோர் மாணவர்களாக இருந்தார்கள்.

இவர்களின் படைப்புகளை கதை, தொழில்நுட்பக் கலைஞர்கள் என்று விரிவாக எழுதியது பின்னாளில் விஜயகாந்த் அவர்களுக்கு உதவ வேண்டும் என்ற கருத்திற்கு உதவியது.

இன்னும் சொல்லப்போனால் போகிற இடமெல்லாம் அவர்களின் திறமைகளை பயன்படுத்த ஏன் தாமதிக்கிறது திரையுலகம் என்று பேசிக் கொண்டிருந்தேன்.

அப்படி பார்க்கப்பட்ட கல்லூரிப் படம் தான் ‘The murder eacho’. அது பின்னாளில் திரைக்கதை செம்மையுடன் ‘ஊமைவிழிகள்’ ஆக மாறியது.

கிச்சாஸ் ஒரு படத்தில் ‘ஏரியல்ஷாட்’ ‘கழுகுப் பார்வை கோணத்தில் படமெடுத்தார். பிறகு அவர் பிரபல கேமிராமேனாக திரையுலகில் பேசப்பட்டார்.

அந்த காலத்தில் பிரதாப் போத்தன் நடித்த ‘தகரா’ என்ற படத்தில் அதேபோன்ற கோணம் எடுக்கப்பட்டு பேசப்பட்டது.

ஆர்.பி.உதயகுமாருடன் ராசி அழகப்பன்

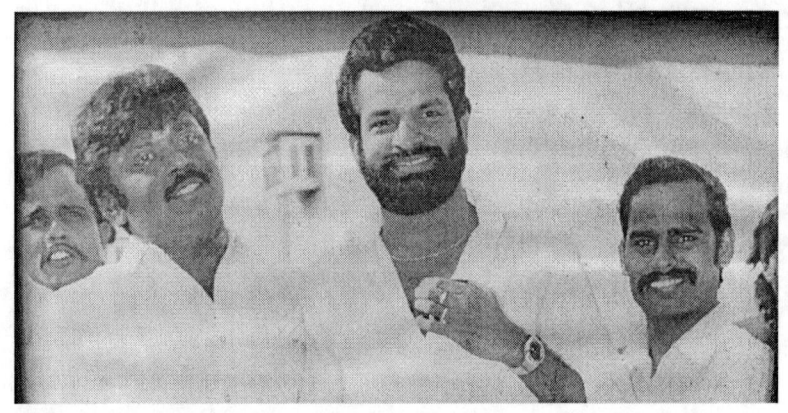

விஜயகாந்த், யார் கண்ணன், ராசி அழகப்பன்

கிச்சாஸ் கல்லூரியில் தங்கப்பதக்கம் பெற்றவர்.

இப்போது அந்தக் கல்லூரிக்கு டிராஸ்ட்கி மருது தலைவராகப் பொறுப்பேற்றது பொருத்தமானது.

பத்திரிகைக் கலை என்பது வெறும் சம்பாதிப்ப தற்கான இடமன்று. அது காலயுகத்தின் அகம். அதை வெளிக்கொணர வேண்டியது அவசியம்.

தன் வளர்ச்சி என யோசிக்காமல் திறமை வெளிப்பட வேண்டிய மனித விழுமியங்களை வெளிச்சம் போட்டுக் காட்ட வேண்டியது அடிப்படை அறம்.

சமயம் சார்ந்த தலைவர்களைக்கூட நான் சந்தித்து உரையாடி அதை வெளியிட்டு இருக்கிறேன். அப்படித்தான் பங்காரு அடிகளார் கோயில் கட்டத் துவங்கிய நேரம். அப்போது சிறிய குடில்தான் இருந்தது. அப்போது அவரைச் சந்தித்து நேர்காணல் செய்து அவர் வழிச்சொல்லாக வெளியிட்டேன்.

காக்கை, குருவி போன்ற ஜீவராசிகளிடம் பேசும் ஆற்றலாளர் யாகவா முனிவர். வேளச்சேரியில் இருந்த போது சந்தித்து பேசியதும் நினைவில் பசுமையாய் உள்ளது.

மதம், சாதி, இனம், மொழி எவையாயினும் அதன் உட்பொருள் உணர்ந்து ஓதுவதே தனது அறப்போக்கு

டிராட்ஸ்கி மருது

என்பதற்கு உறுதுணையாய் இருந்தார் வலம்புரிஜான். தமிழிசைக்கு முக்கியத்துவம் தந்ததும், தமிழ்வழிச் சிந்தனைகளுக்கு மேடை போட்டுக் கொடுத்ததும் அவரின் பெருங்குணம்.

கோடுகள் மட்டுமே ஓவியமல்ல. அதில் குணங்களின், நிறங்களின் வழியே உணர்வுகள் உள்ளது என வாதிடும் 'மாடர்ன் ஆர்ட்டிஸ்ட்'களின் கலைக்கும் பங்களித்தார்.

அவ்வமயம் ஓவியர் சந்துரு, இளங்கோ, ரவி, புகழேந்தி போன்றோரின் கருத்துகள் அடங்கிய பேட்டிகள் நான் எழுத காரணம் அவரின் ஒத்துழைப்புதான்.

கலை, சமூகம், அறிவியல், திரைப்படம், பெண்ணியம் பலவற்றிலும் மேம்பட 'தாய்' தனது பங்கை சிறப்பாகச் செய்தது என்றுதான் சொல்ல வேண்டும்.

வார்த்தைச் சித்தர் வலம்புரி ஜான் இதழியல் வளர்ச்சியில் தவிர்க்க இயலாதவர் என்பதுதான் வரலாற்று உண்மை.

'தாய்' வார இதழ் புரட்சித் தலைவர் எம்.ஜி.ஆர். அவர்களால் நிறுவப்பட்டு, பல காலம் கடந்து இடையில் தடைபட்டபோதும், இப்போது இணைய வழியில் 'தாய்' நடத்திவரும் எம்.ஜி.ஆர். ஜானகி கலை அறிவியல் கல்லூரி தாளாளர் முனைவர் குமார் ராஜேந்திரன் வழிகாட்டுதலில் எழுத்தாளர் நண்பர் மணா ஆசிரியராகப் பொறுப்பேற்று நடத்தி வருவது காலக்கொடை.

இத்தருணத்தில் இந்நூல் வெளிவர 'தாய்' இணைய இதழில் நான் எழுத இடமளித்து உயர்த்திய இத்தாய் மனதை என்னென்று சொல்ல?

விதைத்தால் நிச்சயம் பயன் உண்டு.

வலம்புரி ஜான் வாழ்க்கை குறிப்பு

டி.சி.ஜான் என்ற இயற்பெயருடைய வலம்புரி ஜான் திருநெல்வேலி மாவட்டம் உவரி என்னும் கிராமத்தில் ஏ.டி.சி. ஃபர்னந்தோ (A.D.C. Fernando) - வியாகுலம் ஆகியோருக்கு மகனாக 1946 அக்டோபர் 14 அன்று பிறந்தார். பெற்றோரை இளம்வயதிலேயே இழந்தார். பின்னவர் இவரை அவரின் அண்ணன்களான ஆல்பிரட், மோகன் ஆகியோர் வளர்த்தனர்.

8ஆம் வகுப்பு வரை உவரியில் பயின்றார். உயர்நிலைப்பள்ளிக் கல்வியை பாளையங்கோட்டை தூய சவேரியார் உயர்நிலைப்பள்ளியில் பயின்றார். பின்னர் பாளையங்கோட்டை தூய சவேரியார் கல்லூரியில் பயின்றார். பொதுஆட்சியியலில் (Public Administration) முதுகலைப் பட்டம் பெற்றார். பின்னர் சென்னை சட்டக்கல்லூரியில் பயின்று சட்ட முதுவர் பட்டம் பெற்றார். தொடர்ந்து பச்சையப்பன் கல்லூரியின் வரலாற்றுத்துறையில் "பேராசிரியர் இரத்தின சுவாமி நாடாளுமன்றவாதி" என்னும் பொருளில் ஆய்வுசெய்து 1992இல் முனைவர் (D.Litt) பட்டமும் வணிகமேலாண்மையில் முனைவர் (Ph.D) பட்டமும் பெற்றார். காந்தியச் சிந்தனையிலும் இதழியலிலும் பட்டயம் பெற்றார்.

கல்லூரிக்கல்வி முடிந்ததும் பேராசிரியர் வளனரசின் பரிந்துரையால் தினமலர் இதழின் திருச்சி பதிப்பில் உதவியாசிரியராகப் பணியிற் சேர்ந்தார். அங்கு சிலகாலமே பணியாற்றினார்.

அடுத்து திருவள்ளூர் திருத்தணிச் சாலையில் உள்ள "பாண்டூர்" என்ற ஊரில் "காபிள்" என்ற ஆங்கிலப் பள்ளியில் தன் மாமா ஒருவரின் பரிந்துரையால் ஆங்கில ஆசிரியர் ஆனார். அங்கும் சில காலமே பணியாற்றினார்.

பின்னர் சட்டம் பயின்று வழக்குரைஞராகச் சென்னையில் சிறிதுகாலம் பணியாற்றினார்.

தில்லியில் இந்திய ஆட்சிப்பணி பயிற்சியகம் ஒன்றில் சிறிதுகாலம் ஆசிரியராகப் பணியாற்றினார்.

மறைந்த முதலமைச்சர் எம். ஜி. ராமச்சந்திரனால் 1980 சூன் 08ஆம் நாள் தொடங்கப்பட்ட தமிழ் இதழான தாய் இதழுக்கு ஆசிரியராகப் பன்னிரண்டரை ஆண்டுகள் பணியாற்றினார்.

பாப்பாமலர் என்ற சிறுவர் இதழுக்கும் மெட்டி என்ற மாதநெடுங்கதை இதழுக்கும் மருதாணி என்ற திரைப் படம் சார்ந்த இதழ்களுக்கும் ஆசிரியராகப் பணியாற்றினார்.

சப்தம், ராஜரிஷி ஆகிய இதழ்களை நிறுவி அவற்றின் ஆசிரியராக சிறிதுகாலம் இருந்தார்.

இவரது முதற்படைப்பு கண்ணதாசன் வெளியிட்ட "கடிதம்" என்ற இதழில் வெளிவந்தது.

இவர் தனது அரசியல் வாழ்க்கையை திராவிட முன்னேற்றக் கழகத்தில் தொடங்கினார். பின்னர், ஜனதா கட்சியில் இருந்தார்.

அங்கிருந்து விலகி அனைத்து இந்திய அண்ணா திராவிட முன்னேற்றக் கழகத்தில் சேர்ந்தார். பின்பு இ.தே.காங்கிரசில் இணைந்தார். 1996இல் ஜி. கே. மூப்பனாரால் நிறுவப்பட்ட தமிழ் மாநில காங்கிரஸ் உடன் தன்னை இணைத்துக் கொண்டார். பின்னர் திராவிட முன்னேற்றக் கழகத்தில் சிறிதுகாலம் இருந்தார். வைகோ உடன் சேர்ந்து இருந்தார். இறுதிக்காலத்தில் அரசியலிருந்து விலகி இருந்தார். .

திராவிட முன்னேற்றக் கழகத்தின் சார்பில் 1974 ஏப்ரல் 3 ஆம் நாள் தொடங்கி 1974 அக்டோபர் 14ஆம் நாள் வரை இந்திய நாடாளுமன்றத்தின் மாநிலங் களவையில் உறுப்பினராக இருந்தார். உரிய வயதினை அடைவதற்கு முன்னரே அப்பதவிக்குத் அவர் தேர்ந்தெடுக்கப்பட்டார் என்பது நீதிமன்றத்தில் நிரூபிக்கப்பட்டதால் அப்பதவியை இழந்தார். மீண்டும் அ..இ.அ.தி.மு.க.சார்பில் 1984 ஏப்ரல் 3ஆம் நாள் முதல் 1990 ஏப்ரல் 2ஆம் நாள் வரை அந்த அவையில் உறுப்பினராகப் பதவிவகித்தார்.

1983 ஆம் ஆண்டில் சட்டமன்ற மேலவையின் உறுப்பினரானார். 1984ஆம் ஆண்டில் மாநிலங் களவைக்குத் தேர்ந்தெடுக்கப்பட்டதால் இப்பதவி யிலிருந்து விலகினார்.

தமிழ்நாட்டு அரசின் வேளாண்மைத்தொழில் வாரியச் சட்ட ஆலோசகராகப் பணியாற்றினார்.

இவர் மேரிபானு என்பவரை மணந்தார். இவர்களுக்கு நான்கு பெண்மக்களும் பிரபு என்னும் மகனும் பிறந்தனர்.

கவிதா பானு பதிப்பகம் என்ற நூல்வெளியீட்டு நிறுவனம் ஒன்றை வலம்புரி ஜான் உருவாக்கினார். அதன் வழியாக தனது நூல்களையும், ஜெயலலிதா, பொன்.ஜெயந்தன் ஆகியோரைப் போன்றோர் எழுதிய் நூல்களையும் வெளியிட்டார்.

வலம்புரி ஜான் வரப்பிரசாதம், 1976, சுதந்திர நாட்டின் அடிமைகள், பிரியமுடன் பிரபு, பொறுத்தது போதும், ஞானபறவை, பத்தினி, அன்பு போன்ற திரைப்படங்களில் பாடல்கள் இயற்றியுள்ளார்.

மேலும், சமயப்பாடல்கள் சிலவற்றையும் இயற்றியுள்ளார். அவற்றுள் சில 'இயேசுவின் அமுதம்' என்ற தொகுப்பில் இடம்பெற்றுள்ளன.

குங்கும கோலங்கள் என்ற படத்திற்கு கதை வசனம் எழுதியுள்ளார்.

1988ஆம் ஆண்டில் பானு ரேவதி கம்பைன்ஸ் என்ற பெயரில் திரைப்பட நிறுவனம் ஒன்றைத் தொடங்கி 'அது அந்தக் காலம்' என்ற திரைப்படத்தை தயாரித்து, இயக்கியனார்.

வலம்புரி ஜான்

கலைமாமணி - தமிழ்நாட்டரசு

வார்த்தைச்சித்தர் - கிருபானந்த வாரியார்

ஞானபாரதி - குன்றக்குடி அடிகளார்

போன்ற விருதுகளையும் பட்டங்களையும் பெற்றிருக்கிறார்.

இவர் 2005 மே 8ஆம் நாள் சிறுநீரக் கோளாறால் தொடர் சிகிச்சைபெற்று மரணமடைந்தார்.

நூல்கள்

- இலக்கியம், அரசியல் மற்றும் சித்த மருத்துவம் உட்பட பல துறைகளில் பல நூல்களை எழுதியுள்ளார். அவை:
- அங்கொன்றும் இங்கொன்றும் (கட்டுரைகள்) 1995
- அந்தக இரவில் சந்தன மின்னல், (கவிதைகள்) 1984
- அம்மா அழைப்பு (கவிதைகள்) 1974
- அவர்கள் (கவிதைகள்), 1998 ஆகத்து, பானுசரணம் பதிப்பகம், சென்னை.
- அஸ்திவாரங்கள் தெரிவதில்லை (நெடுங்கதை)
- ஆண்டாள் அருளிய அமுதம் (கவிதைகள்) 1995
- இதயம் கவர்ந்த இஸ்லாம் (மதம்) 1999
- இதோ சில பிரகடனங்கள் (கட்டுரைகள்) 1972
- இந்த நாள் இனிய நாள் பாகம் 1 (தொலைக்காட்சித் தொடர் உரை) 1998
- இந்த நாள் இனிய நாள் பாகம் 2 (தொலைக்காட்சித் தொடர் உரை) 1998

- இந்த நாள் இனிய நாள் பாகம் 3 (தொலைக்காட்சித் தொடர் உரை) 1998
- இந்த நாள் இனிய நாள் பாகம் 4 (தொலைக்காட்சித் தொடர் உரை) 1998
- இந்த நாள் இனிய நாள் பாகம் 5 (தொலைக்காட்சித் தொடர் உரை) 1998
- இவர்கள் அறிந்தே செய்கிறார்கள் (கட்டுரைகள்) 1976
- இரண்டாவது அலைவரிசை (கட்டுரைகள்) 1998
- இறந்துபோன இந்தியக் கடவுள்கள் (கட்டுரைகள்) 1972
- இஸ்லாம் மண்ணுக்கேற்ற மார்க்கம் (மதம்) 1993
- உங்களைத்தான் அண்ணா! (கட்டுரைகள்) 1972
- உள்ளதைச் சொல்லுகிறேன் முதலாம் தொகுதி, (கட்டுரைகள்) 1983
- உள்ளதைச் சொல்லுகிறேன் இரண்டாம் தொகுதி, (கட்டுரைகள்) 1983
- உள்ளதைச் சொல்லுகிறேன் மூன்றாம் தொகுதி; (கட்டுரைகள்) 1983 திசம்பர்; பானு பதிப்பகம், 47 போர்ச்சுகீசியர் தெரு, சென்னை-1 (பானு பதிப்பக வெளியீடு எண் 57)
- எல்லா இராத்திரிகளும் விடிகின்றன (கட்டுரைகள்) 1987, இ.பதி. 2000 அலங்கார் பப்ளிகேஷன்ஸ்.
- எழுச்சி நியாயங்கள் (கட்டுரைகள்) 1971
- ஒரு ஊரின் கதை (நெடுங்கதை); 1975 நவம்பர்; பானு பதிப்பகம், 47 போர்ச்சுகீசியர் தெரு, சென்னை-1
- ஒரு நதி குளிக்கப்போகிறது (கவிதை) 1980, அபிராமி பப்ளிகேஷன்ஸ், 307, லிங்கி செட்டி தெரு, சென்னை-600001

- கல்நொங்கு (சிறுகதைகள்) 1999
- கலைஞரின் கவிதைகள் (திறனாய்வு) 1998
- காகிதக் கணைகள் (கட்டுரைகள்) 1972
- காதல் கடிதங்கள் (கற்பனைக் கடிதங்கள்), 1974 அக்டோபர்,தமிழ்ப்புத்தகாலயம், சென்னை–5 இ.பதிப்பு 1982 நவம்பர், கவிதாபானு, சென்னை.
- காதலும் காமமும் பாகம் 1 (கட்டுரைகள்)
- காதலும் காமமும் பாகம் 2 (கட்டுரைகள்)
- காந்தியா? அம்பேத்காரா? (கட்டுரைகள்) 1972
- காலத்தை வென்ற காதலர்கள் – தொகுதி 1 (சிறுகதைகள்) 1998
- காலத்தை வென்ற காதலர்கள் – தொகுதி 2 (சிறுகதைகள்) 1998
- காற்றின் சுவாசம், (கவிதைகள்) 1972
- கேரள நிசப்தம் (வாழ்க்கை வரலாறு) 1986
- சாதனை சரித்திரம் சவேரியார் – (வாழ்க்கை வரலாறு) 1993
- சுயாட்சியா? சுதந்திரமா? (கட்டுரைகள்) 1971
- சிந்திக்கத் தெரிந்த சிலருக்காக, (கட்டுரைகள்) 1978, இ.பதி 1983 அக்டோபர், கவிதாபானு, சென்னை.
- சில உரத்த சிந்தனைகள் (கட்டுரைகள்) 1972
- சீனம் சிவப்பானது ஏன்? (கட்டுரைகள்) (இலங்கையில் தடைபடுத்தப்பட்டது); 1974 அக்டோபர், இ.பதி. 1982 நவம்பர், மூ.பதி. 1998 சூன் மாரிமுத்துப் பதிப்பகம், சென்னை.
- சொர்க்கத்தில் ஒருநாள் (பயணக்கட்டுரை) குமரன் பதிப்பகம், சென்னை.
- தாகங்கள் (சிறுகதைகள்) 1972

- தெற்கு என்பது திசையல்ல (கட்டுரைகள்) 1977
- தொரியன் மணக்கிறது (கட்டுரைகள்) 1986
- நாயகம் எங்கள் தாயகம் (கவிதைகள்) 1995
- நான் ஏன் தி.மு.க?
- நான் கழுதையானபொழுது (கட்டுரைகள்) 1986
- நான் விமர்சிக்கிறேன்! (கட்டுரைகள்), 1975 பானு பதிப்பகம், 47 போர்ச்சுகீசியர் தெரு, சென்னை–1
- நியாயங்களின் பயணம்
- நியாயம்கேட்கிறோம்(கட்டுரைகள்)–(அவசரநிலைக் காலத்தில் தடைபடுத்தப்பட்டது) 1975
- நிருபர் (நெடுங்கதை) 1998
- நீங்கள் கேட்காதவை (சிறுகதைகள்) 1981
- நீர்க்காகங்கள் (நெடுங்கதை), 1975 பானு பதிப்பகம், 47 போர்ச்சுகீசியர் தெரு, சென்னை–1
- நீலம் என்பது நிறமல்ல! (கவிதைகள்); 1980; இ.பதி.1987; ஜம் ஜம் பப்ளிகேஷன்ஸ், சென்னை
- பலர் நடக்காத பாதை (கவிதைகள்) 1994
- பற்றி எரிகிற பனிநதிகள் (கடிதங்கள்), 1983 டிசம்பர், கவிதாபானு, சென்னை
- பாரதி ஒரு பார்வை (திறனாய்வு) 1975; பானுப்ரியா, 16 அகத்தீஸ்வர் நகர், ஹால்ஸ் ரோடு, கீழ்ப்பாக்கம், சென்னை – 10.
- பாரதி நேற்று, இன்று, நாளை (கட்டுரைகள்) 1995
- பிரார்த்தனைப் பூக்கள்
- புதுவைதந்த போதை! (திறனாய்வு) 1976
- பூக்கள் பறிப்பதற்கு அல்ல! (நெடுங்கதை)
- பூவுக்கு வாசம் வந்தாச்சு (நெடுங்கதை), 1986

- பைபிள் கதைகள் (1997ஆம் ஆண்டில் கல்கியில் வெளிவந்த தொடர்)
- மண்ணில் விழுந்த மகரந்தங்கள் (சிறுகதைகள்) 1977
- மற்றும் பலர் (கவிதைகள்) 1998
- மீண்டும் மகாத்மா! (கட்டுரைகள்) 1974
- மூங்கில் பூ (நெடுங்கதை) 1998
- வணக்கம், : நக்கீரன் பப்ளிகேஷன்ஸ், சென்னை.
- வரலாற்றில் கலைஞர் (கட்டுரைகள்) 1971
- வருடம் முழுவதும் வசந்தம் (பயணக்கட்டுரை) 1985
- வலைஞர் நெஞ்சில் கலைஞர் (கவிதைகள்) 1974
- வாழ்க்கையை மாற்றும் வண்ணக்கற்கள் (கட்டுரைகள்) மு.பதி. 2007; இ.பதி. 2009; சாருபிரபா பப்ளிகேஷன்ஸ், சென்னை.
- விதைகள் விழுதுகள்
- விந்தை மனிதர் வேதநாயகர் (வாழ்க்கை வரலாறு) 1974
- வெளிச்சத்தின் விலாசம் (சிறுகதைகள்) 1997
- ஜெயலலிதா; : நக்கீரன் பப்ளிகேஷன்ஸ், சென்னை.
- Farhanali words
- Rages of Rascal (Poems) 1984
- Reconstruction of Islamic thought
- Trumpet in Dawn (Essays) 1974
- Frontiers of our Foreign Policy (Essays) 1995
- Islam: Evidence of an eyewitness (Essays) 1999

நக்கீரன் கோபால் வாழ்க்கை குறிப்பு

இரா. கோபால் அல்லது நக்கீரன் கோபால் விருதுநகர் மாவட்டத்தில் உள்ள அருப்புக்கோட்டையில் வேளாளர் குடியில் (பிறப்பு: 10 ஏப்ரல், 1959), பிறந்த இவர் பல்வேறு நூல்களையும் எழுதியுள்ளார். சந்தன மரக் கடத்தல் வீரப்பன் இருக்கும் இடத்தை மறைத்த தற்காகச் சிறையில் அடைக்கப்பட்டார். கோபால், வீரப்பனுடன் தொடர் நேர்காணல் நடத்தியதால், பிரபல்யமானார். இவர் பல்வேறு நபர்களை வீரப்பன் கடத்திய போது, தமிழக அரசுக்கும் வீரப்பனுக்கும் இடையே பேச்சுவார்த்தை நடத்துவதற்கு உதவியாக இருந்தார்.

இந்தியாவின் தமிழ்நாட்டைச் சேர்ந்த மூத்த பத்திரிகையாளர் ஆவார். நக்கீரன் என்ற தமிழ் அரசியல் புலனாய்வு இதழின் ஆசிரியர் மற்றும் வெளியீட்டாளர் ஆவார். 1990களில் சந்தனம் மற்றும் தந்தம் கடத்தல் வீரப்பனை நேர்காணல் செய்து தமிழககர்நாடக எல்லையில் இரு மாநில காவல்துறையினரைத் தவிர்த்து, காடுகளில் பிழைப்பு நடத்தி, தேசிய அளவில் புகழ் பெற்றார்.

ஆரம்ப கால வாழ்க்கை

அருப்புக்கோட்டை நகராட்சிப் பள்ளியிலும், எஸ்பிகே மேல்நிலைப் பள்ளியிலும் பள்ளிப் படிப்பை முடித்தார். தேவாங்க கலைக் கல்லூரியில் பல்கலைக்கழகத்திற்கு முந்தைய படிப்பை முடித்த பிறகு, அவர் 1977 இல் சைவ

பானு க்ஷத்திரிய கல்லூரியில் வணிகவியல் இளங்கலைப் பட்டம் பெற்றார். அவரது கல்வியைத் தவிர, அவர் தனது கல்லூரி ஹாக்கி அணியின் ஒரு பகுதியாக இருந்தார் மற்றும் கலைப்படைப்புகளை உருவாக்குவதில் ஈடுபட்டார். சமகால வடிவமைப்பு கலைஞர் மற்றும் ஆசிரியரின் ஆரம்ப அறிகுறிகளில் ஒன்றாக கருதப்படுகிறது.

நக்கீரன் கோபால் தற்காலிக கடையில் வேலை செய்யத் தொடங்கினார். பின்னர் 1983 இல், அவரும் அவரது நண்பரும் 3000 ரூபாய் முதலீட்டில் ரப்பர் நிறுவனத்தைத் தொடங்கினார். ஆரம்பத்திலிருந்தே விஷயங்கள் சரியாக நடக்கவில்லை. சில சமயங்களில், அவர்கள் நகரமெங்கும் சைக்கிளில் செல்ல வேண்டியிருக்கும். விஷயங்கள் சரியாக நடக்கவில்லை; அவர் நோய்வாய்ப்பட்டு தனது சொந்த நாட்டிற்கு திரும்பினார். நக்கீரன் கோபால் குணமடைந்த காலத்தில் நான்கு மாதங்கள் வேலையில் இருந்து ஒதுங்கியிருந்தார், ஆனால் இதற்கிடையில் தனது கலைத் திறனை மேம்படுத்திக் கொண்டார். அவரது அற்புதமான கலைப்படைப்பைக் காண்பிக்கும் பொருத்தமான வேலையைத் தேட அவரது நண்பர்களும் அயலவர்களும் பரிந்துரைத்தனர்.

1985 ஆம் ஆண்டு, அப்போதைய முதல்வர் எம்.ஜி.ராமச்சந்திரனால் நடத்தப்பட்ட தாய் இதழின் ஆசிரியர் வலம்புரி ஜான் என்பவரால் நக்கீரன் கோபால் சரியாக அடையாளம் காணப்பட்டார். திரைச்சுவையில் தனது முயற்சியின் போது தளவமைப்பு வேலைகள் பற்றிய அறிவைப் பெற்றார் மற்றும் தயாரிப்பு வேலைகளிலும் ஈடுபட்டார். ஆனால், தராசு இதழில் லேஅவுட் வடிவமைப்பாளராக இருந்தபோது தான் கோபால் வெற்றிக் கதையை கற்றுக் கொண்டார். செய்தியை புத்திசாலித்தனமாக சித்தரித்த ரேப்பர் லேஅவுட் வேலை வாசகர்களுக்கு பிடித்திருந்தது. பல்வேறு மோதல்கள் காரணமாக

இந்த கட்டத்தில் அவர் தராசுவை விட்டு வெளியேறத் தேர்ந்தெடுத்தார்.

நக்கீரன் இதழ்

1988ல் அரசியல் விசாரணை வார இதழைத் தொடங்கினார். அவர் நக்கீரன் என்ற பெயரை விரும்பினார், ஆனால் அது கே.சுப்பு என்ற அரசியல் வாதிக்கு இருந்தது. கி. சுப்புவை அணுகியபோது, தலைப்பைக் கொடுத்தார், அது நக்கீரன், வாரத் தமிழ் இதழாகும். கூவம் ஆற்றின் கரையில் உள்ள கீழ்ப் பாக்கத்தில் ஒரு சிறிய அறையில் அலுவலகம் அமைக்கப்பட்டது. நக்கீரன் முதல் இதழ் 20 ஏப்ரல் 1988 அன்று வெளிவந்தது.

சாதனைகள்

நக்கீரனின் ஆசிரியர் நக்கீரன் கோபால், 7 அக்டோபர் 1994 அன்று பத்திரிக்கை சுதந்திரத்திற்கு ஆதரவாக ஒரு முக்கிய தீர்ப்பைப் பெற இந்திய உச்ச நீதிமன்றத்தில் தமிழ்நாடு மாநில அரசுடன் கொம்புகளை பூட்டினார். இந்தத் தீர்ப்பு உலக ஊடகங்களால் ஒருமனதாக பாராட்டப்பப்பட்டது.

துணிச்சலான செயலாக, தென்னிந்தியாவின் வனக் கொள்ளைக்காரன் வீரப்பனின் உருவப்படத்தை நேர்காணல் செய்து அம்பலப்படுத்திய முதல் இதழ் நக்கீரன். 2000 ஆம் ஆண்டு ராஜ்குமார் கடத்தப் பட்டதில் இருந்து இரு மாநிலங்களுக்கு இடையே நிலவிய பாதுகாப்பற்ற சூழலை தணித்து, வீரப்பன் மற்றும் மாநில அரசுகளுக்கு இடையே ஒரு தூதுவராக எடிட்டரும் அவரது குழுவினரும் திறம்பட செயல் பட்டனர். எட்டு வனக் காவலர்கள் வீரப்பனால் கடத்தப்பட்டனர்.

பொடா

2003 ஆம் ஆண்டில், வெடிமருந்துகளுடன் உரிமம் இல்லாத ரிவால்வரை வைத்திருந்த குற்றச்சாட்டின் பேரில் அவர் கைது செய்யப்பட்டார்.

எட்டு மாத சிறைவாசத்திற்குப் பிறகு, கோபாலை ஜாமீனில் விடுவிக்க சென்னை உயர் நீதிமன்றத்தின் டிவிஷன் பெஞ்ச் உத்தரவிட்டது, அதே நேரத்தில் அவரது சகோதரர் தாக்கல் செய்த ஹேபியஸ் கார்பஸ் மனுவை அனுமதித்தது. சிறையிலிருந்து வெளியே வந்த கோபால், ஜாமீன் பெறுவது தமிழக முதல்வர் ஜெயலலிதாவின் "எதேச்சதிகார ஆட்சிக்கு" முதல் அடி என்று கூறினார். "இந்த வெற்றி நக்கீரனின் முதல் படி. அரசு எத்தனை பொய் வழக்குகள் போட்டாலும் வெற்றி பெறுவோம்" என்று சுருக்கமாகச் சொன்ன அவர், சிறை வளாகத்தின் முன்பு பத்திரிகை ஊழியர்களும் மற்றவர்களும் அவருக்கு உற்சாகவரவேற்பு அளித்தனர். ஐபிசி மற்றும் பொடா சட்டத்தின் கீழ் அவர் கைதுசெய்யப்பட்டதற்கான எந்த காரணத்தையும் தெரிவிக்காத காவல்துறையை உயர் நீதிமன்றம் குறை கூறியது. ஏப்ரல் 2003 இல், வனக் காவலர் வீரப்பனால் கூறப்படும் ஒரு காவல் துறையினரின் கொலை தொடர்பாக கோபால் முதன்முதலில் கைது செய்யப் பட்டார், பின்னர் அவர் மீது ஆயுதங்கள் வைத்திருந்ததாக பொடாவின் கீழ் வழக்குப் பதிவு செய்யப்பட்டது.

நூலாசிரியர்

நக்கீரன் கோபால் தனது சொந்த நக்கீரன் இதழில் "சவால்" (1990களின் பிற்பகுதி) மற்றும் யுத்தம் (2000களின் பிற்பகுதி) என்ற தொடரை எழுதினார். பின்னர், ஒருங்கிணைப்புகள் புத்தகமாக வெளியிடப் பட்டது. "சவால்" 1991 மற்றும் 1996 க்கு இடையில் ஜெயலலிதா முன்வைத்த வேதனையை விவரிக்கிறது, அதேசமயம் அவரது யுத்தம் (நான்கு பகுதிகளாக விவரிக்கப்பட்டுள்ளது) 2001-06 TN அரசாங்கத்தால் ஏற்பட்ட துயரத்தை அவரது குழு எவ்வாறு சமாளித்தது என்பதை விவரிக்கிறது.

பழநிபாரதி
வாழ்க்கை குறிப்பு

பழநிபாரதி (பிறப்பு:14 சூலை) தமிழ்த் திரைப்படப் பாடலாசிரியரும் கவிஞரும் ஆவார். திரைப்படங்களில் இவர் பாடல்கள் தனித்தன்மை கொண்டதாக விளங்கின. கவிதை நூல்கள் பலவும் எழுதி வரும் இவர் போர்வாள், நீரோட்டம், தாய், பாப்பா மஞ்சரி, அரங்கேற்றம் போன்ற பத்திரிகைகளில் பணியாற்றியதோடு, தை என்னும் ஆண்டு இதழின் ஆசிரியர் குழுவிலும் ஒருவராக உள்ளார். இளையராஜா இலக்கிய விருது உட்பட பல விருதுகளை இவர் பெற்றிருக்கிறார்.

இவரை உவமைக் கவிஞர் சுரதா "இதோ ஒரு மகாகவி புறப்பட்டு விட்டான்" என்று பாராட்டியுள்ளார். பெரும்புள்ளி என்ற திரைப்படத்தில் பாடல் எழுதித் தமிழ்த் திரையுலகிற்கு அறிமுகம் ஆனார். 1500 க்கும் மேற்பட்ட திரைப்பாடல்களை எழுதியுள்ளார்.

இவர் விடுதலைப் புலிகளின் தலைவர் பிரபாகரனின் 60 ஆவது பிறந்தநாளுக்குப் பிரபாகரன்... வழித்துணையல்ல.. வழி என்ற பாடலை எழுதி வெளியிட்டார்.

பழநிபாரதி காரைக்குடியில் உள்ள செக்காலையில் சாமி பழனியப்பன் கமலா இணையருக்குப் பிறந்தார். இவருக்கு 4 சகோதரிகளும், சகோதரர் ஒருவரும் உள்ளனர். இவருடைய தந்தை தவத்திரு குன்றக்குடி அடிகளாரின் உதவியாளரும் பாரதிதாசன் கவிதாமண்டலத்தைச் சேர்ந்த கவிஞரும் ஆவார். இவரின் தந்தையார்

வேலை தேடிச் சென்னைக்குக் குடும்பத்துடன் இடம் பெயர்ந்தபோது தமிழக அரசின் செய்தி மக்கள் தொடர்புத் துறையின் தமிழரசு பத்திரிகையில் பணி கிடைத்தது. இதனால் இவரது படிப்பும், வளர்ச்சியும் சென்னையிலேயே அமைந்தது. சென்னையிலுள்ள மாநகராட்சிப் பள்ளிக்கூடத்தில் ஆரம்பக் கல்வியும் கோடம்பாக்கம் ஆற்காடு சாலையில் இருக்கும் கணபதி மேல்நிலைப் பள்ளியில் பன்னிரெண்டாம் வகுப்பு வரையிலும் படித்தார். அதன்பிறகு திரைத் துறையில் படத்தொகுப்புப் பணியில் ஆர்வம் தோன்ற, தமிழ்நாடு அரசின் திரைப்படக் கல்லூரியில் சேர முயற்சித்தார். ஆனால், இவரின் முயற்சி வெற்றியடையவில்லை.

நீரோட்டம், போர்வாள், அரங்கேற்றம் போன்ற நாளிதழ்களிலும், வார இதழ்களிலும் பிழை திருத்தும் பணியில் இருந்தார். பின்னர் தமிழ்நாட்டுப் பாடநூல் நிறுவனத்தில் புத்தகக் கிடங்கிலிருந்து வாகனங்களில் எடுத்துச் செல்லப்படும் புத்தகக்கட்டுகளின் கணக்கைச் சரிபார்த்துப் பதியும் பணி செய்து வந்தார்.

இக்காலகட்டத்தில் தான் வலம்புரிஜானின் தாய் பத்திரிகையில் இவருக்குப் பணிபுரியும் வாய்ப்புக் கிடைத்தது. இவருடைய நெருப்புப் பார்வைகள் என்கிற முதல் கவிதைத் தொகுதியை வலம்புரிஜானிடம் ஏற்கனவே கொடுத்திருந்தார். இவருடைய இருபது வயதில் சூரியனையும் அடுப்பையும் தவிர எந்தத் தீயும் வெப்பமும் என் தேசத்தை வருத்தப்படுத்தக் கூடாது என்ற வரிகளை வாசித்துப் பாராட்டிய, வலம்புரிஜான் அடுத்த வாரமே தாய் வார இதழின் தலையங்கத்தில் புகழ்ந்து எழுதியதுடன் பணியும் தந்தார்.

பணி செய்துகொண்டே படிக்கலாம் என்று கருதி, தமிழ் இளங்கலை இலக்கியம் (பி.லிட்) பயில, சென்னைப் பல்கலைக்கழக அஞ்சல் வழிக் கல்வியில் இணைந்தார். ஆனால் முதல் தேர்விலேயே தேர்வெழுதாமல் வெளியேறினார்.அதன் பின்னர் படிப்பைத் தொடரவில்லை. சில ஆண்டுகளில் தாய்

வார இதழின் ஆசிரியர் பொறுப்பிலிருந்து வலம்புரி ஜான் விலகவே இவரும் விலக நேர்ந்தது. பின்னர் பலவேறு பத்திரிகைகளிலும், அச்சகங்களிலும் தொடர்ந்து பணி செய்தார்.

ஒரு பிரபல வார இதழில் பணியாற்றிக் கொண்டிருந்த இவரது நண்பர் பேரமனூர் சந்தானம் விக்ரமனிடம் இவரை அறிமுகப்படுத்தினார். இயக்குநர் விக்ரமன் இயக்கத்தில் உருவான முதற்படமாகிய புது வசந்தம் திரைப்படத்தின் வெற்றியைத் தொடர்ந்து பெரும்புள்ளி என்கிற படத்தின் கதை ஆலோசனையில் இவர் இடம்பெற்றார். விக்ரமனின் இரண்டாவது படமான பெரும்புள்ளியில் தான் முதல் பாடல் எழுதும் வாய்ப்புக் கிடைத்தது. இப்படத்தில் இளமையின் விழிகளில் வளர்பிறைக் கனவுகள் என்ற பாடலை எஸ். ஏ. ராஜ் குமார் இசையில் எழுதினார். திரைப்படத்தின் நாயகன் பாபு விபத்தில் சிக்கியதால் பாடல் இடம்பெறவில்லை.

மீண்டும் பத்திரிகைகளிலும் பதிப்பகங்களிலும் பிழைதிருத்தும் பணியைத் தொடர்ந்தார். நீண்ட இடைவேளைக்குப் பிறகு விக்ரமனின் அடுத்த படம் நான் பேச நினைப்பதெல்லாம், பொன்வண்ணனின் அன்னை வயல் ஆகிய இரண்டு படங்களிலும் பாடல்கள் எழுதினார். அன்னை வயலின் 'மல்லிகைப் பூவழகில்' என்ற பாடலை ஒரு பூங்காவில் அமர்ந்து ஒரு மணி நேரத்தில் எழுதி முடித்தார். இதனைத் தொடர்ந்து இயக்குநர் விக்ரமனுக்காக கோகுலம், புதிய மன்னர்கள் முதலிய படங்களில் பாடல்களை இயற்றினார். 1996, 1997 ஆம் ஆண்டுகளில் மட்டும் ஏறத்தாள நாற்பதிற்கும் மேற்பட்ட திரைப்படங்களுக்குப் பாடல்கள் இயற்றி யுள்ளார் என்பது குறிப்பிடத்தக்கது.

விருதுகள்

- 1996 உள்ளத்தை அள்ளித்தா திரைப்படத்திற்காக சிறந்த பாடலாசிரியருக்கான சினிமா எக்சுபிரசு விருது

- 1997 காதலுக்கு மரியாதை திரைப்படத்திற்காக சிறந்த பாடலாசிரியருக்கான தமிழக அரசின் விருது
- 1998 கலைமாமணி விருது
- 1998 கலை வித்தகர் கண்ணதாசன் விருது
- 2007 இசைஞானி இளையராஜா இலக்கிய விருது
- பிதாமகன் திரைப்படத்திற்காக ஜ.டி.எப்.ஏ சர்வதேச தமிழ்த் திரைப்பட விருது
- 2021 கவிக்கோ விருது

பழநிபாரதி திரைப்படப் பாடல்கள் மட்டுமின்றி குறிப்பிட்ட சில சிறப்புப் பாடல்களையும் இயற்றித் தந்துள்ளார். குறிப்பாகப் புதுவைப் பல்கலைக்கழகத்தின் பண்ணினைத் தமிழாக்கம் செய்தவர்களுள் இவரும் ஒருவராவார். .அதுபோலவே ஹார்வர்டு பல்கலைக்கழகத்தின் தமிழ் இருக்கைக் கீதம் ஒன்றினையும் இயற்றித் தந்துள்ளார். இதற்கு ஊதியம் பெறவில்லை என்பது குறிப்பிடத்தக்கது.

பழநி பாரதி எழுதியுள்ள கவிதை நூல்கள்.

- நெருப்புப் பார்வைகள்
- வெளிநடப்பு
- காதலின் பின்கதவு
- மழைப்பெண்
- முத்தங்களின் பழக்கூடை
- புறாக்கள் மறைந்த இரவு
- தனிமையில் விளையாடும் பொம்மை
- தண்ணீரில் விழுந்த வெயில்
- சூரியனுக்குக் கீழ் ஒரு வெள்ளைக் காகிதம்

திரைப் பாடலாசிரியராக இன்றும் பயணத்தைத் தொடர்கிறார்.

சூர்யகாந்தன்
வாழ்க்கை குறிப்பு

சூர்யகாந்தன் (மருதாசலம்; பிறப்பு: ஜூலை 17, 1955) கவிஞர், எழுத்தாளர், கட்டுரையாளர், வானொலி நிலைய அறிவிப்பாளர், பத்திரிகையாளர். கல்லூரிப் பேராசிரியராகப் பணியாற்றினார். கொங்கு மக்களின் வாழ்க்கையைத் தனது படைப்புகளில் ஆவணப்படுத்தி வருகிறார். தனது படைப்புகளுக்காக அகிலன் விருது உள்ளிட்ட விருதுகளைப் பெற்றார்.

சூர்யகாந்தன்(இயற்பெயர்:மருதாசலம்),கோவையைச் சேர்ந்த ராமசெட்டிப்பாளையத்தில், ஜூலை 17, 1955 அன்று மாரப்பக்கவுண்டர்சின்னம்மாள் தம்பதி யினருக்குப் பிறந்தார். உள்ளூரில் ஆரம்பக் கல்வி பயின்றார். உயர்கல்வியை பேரூர் தவத்திரு. சாந்தலிங்க அடிகளார் பள்ளியில் படித்தார். கோவை அரசுக் கலைக்கல்லூரியில் பி.யு.சி. மற்றும் இளங்கலை புவியியல்பயின்றார்.தமிழார்வத்தால்மதுரை காமராசர் பல்கலைக்கழகத்தில் எம்.ஏ. தமிழ் படித்தார். ஆசிரியர் பயிற்சி பட்டப்படிப்பை (B.Ed.) நிறைவு செய்தார் 'கவிதைகள்' பற்றி ஆய்வு செய்து 'ஆய்வியல் நிறைஞர்' (எம்.பில்) பட்டம் பெற்றார். 'தற்கால இலக்கியத்தில் நாவல்கள்' என்ற தலைப்பில் ஆய்வு செய்து முனைவர் பட்டம் பெற்றார்.

சூர்யகாந்தன், சிறிது காலம் இதழாளராகப் பணியாற்றினார். அகில இந்திய வானொலியின் கோவைப் பிரிவில் பகுதி நேர அறிவிப்பாளராக 1987

முதல் 2017 வரை பணியாற்றினார். கல்லூரிப் பேராசிரியராகப் பணியாற்றி ஓய்வு பெற்றார். மனைவி கண்ணம்மா. மகன் சரவணக்குமார். மகள்கள் திவ்யபாரதி, சுவேதா.

சூர்யகாந்தனின் கல்லூரிக் காலத்தில் அறிமுகமான தீபம், தாமரை, வானம்பாடி போன்ற இதழ்கள் இலக்கிய ஆர்வத்தை வளர்த்தன. சூர்யதீபனின் 'கனல் மணக்கும் பூக்கள்' என்ற முதல் கவிதை, அக்டோபர் 1973ல், கோவை ஈஸ்வரன் நடத்தி வந்த 'மனிதன்' இதழில் வெளியானது. தொடர்ந்து தாமரை, வானம்பாடி, தீபம், நீலக்குயில், மகாநதி, சிவந்த சிந்தனை, புதிய பொன்னி, மலர்ச்சி, வேள்வி போன்ற இதழ்களில் பல கவிதைகளை எழுதினார். கவிஞர் மு.மேத்தாவின் ஊக்குவிப்பில் சூர்ய காந்தனின் கவிதைகள் தொகுக்கப் பட்டு, 'சிவப்பு நிலா' என்ற பெயரில் நூலாக வெளி யானது. கவிஞர் மீராவின் அகரம் பதிப்பகம் அதனை வெளியிட்டது.

சூர்யகாந்தனின் முதல் சிறுகதை 'தண்டிக்கப்படாத குற்றவாளிகள்' 1974ல், தாமரை இதழில் வெளியானது. தொடர்ந்து சிறுகதைகளும் கவிதைகளும் எழுதினார். அமுதசுரபி, குங்குமம், கல்கி, சுபமங்களா, புதிய பார்வை, தினமணி கதிர் எனப் பல இதழ்களில் இவரது படைப்புகள் வெளியாகின. முதல் நாவல், 'அம்மன் பூவோடு' 1984ல் வெளியானது. தொடர்ந்து சிறுகதைகள், நாவல்கள், கட்டுரைகள் என எழுதினார். மகரந்த குமார், கடல் கொண்டான், ஆர்.எம்.சூர்யா, பர்வதா, சூரி எனப் பல புனை பெயர்களில் எழுதினார்.

சூர்யகாந்தனை பரவலாக இலக்கிய உலகிற்கு அறிமுகம் செய்த நாவல் 'மானாவாரி மனிதர்கள்'. இதற்கு அகிலன் நாவல் போட்டி விருது கிடைத்தது. இதே நாவலுக்கு 'இலக்கியச் சிந்தனை' விருதும் அளிக்கப்பட்டது. தமிழகத்தின் பல கல்லூரிகளில் இந்நாவல் பாடமாக வைக்கப்பட்டது. இந்நாவல், 'Men of the Red soil' என்ற தலைப்பில் ஆங்கிலத்தில்

மொழிபெயர்க்கப்பட்டது. இதே நாவல், 'மாரி காரின்னு காத்திருக்குன்னு மனுசர்' என்ற தலைப்பில் மலையாளத்திலும், 'மேகா கேலியே தரஸ்தி லோக்' என்று ஹிந்தியிலும், 'மண்ணிண்ட மக்கள்' என்ற தலைப்பில் தெலுங்கிலும் மொழியாக்கம் செய்யப் பட்டது. செக்கோஸ்லோவாக்கியா மொழியிலும் மொழியாக்கம் செய்யப்பட்டு வருகிறது.

பிற மொழிபெயர்ப்புகள்

- பூர்வீக பூமி-Parents Land - (ஆங்கிலம்); பூர்வீக பூமி - (மலையாளம்)
- விதைச்சோளம் - விதைச்சோளம் - (மலையாளம்)
- அழியாச்சுவடு- மாயச்சுவடு - (மலையாளம்)
- கிழக்கு வானம் - கிழக்கு வானம் (மலையாளம்); கிழக்கு வானம் (கன்னடம்)
- ஒரு வயல்வெளியின் கதை- ஒரு வயலிண்டகதா (மலையாளம்); Story of The Green Field (ஆங்கிலம்)
- விடிவெள்ளி- The Morning Star (ஆங்கிலம்)
- முள்மலர் வேலி-முள்ளும் பூவும் மயலும் - (மலையாளம்)

இவரது சில சிறுகதைகள் மலையாளம், தெலுங்கு, ஹிந்தி, கன்னடம் போன்ற மொழிகளில் பெயர்க்கப் பட்டுள்ளன.

சூர்யகாந்தனின் படைப்புகள் பல்வேறு பல்கலைக் கழகங்களிலும், கல்லூரிகளிலும் பாட நூலாக வைக்கப்பட்டுள்ளன. இவரது படைப்புகளை ஆராய்ந்து நூற்றுக்கும் மேற்பட்ட மாணவர்கள், எம்.பில், முனைவர் பட்டம் பெற்றுள்ளனர்.

சூர்யகாந்தன் 14 நாவல்கள், 7 கட்டுரை நூல்கள், 3 கவிதைத் தொகுப்புகள், 12 சிறுகதைத் தொகுப்புகள் என 36 நூல்களை எழுதியுள்ளார்.

சூர்யகாந்தன், 'சோலை', 'தாய்' போன்ற இதழ்களின் ஆசிரியர் குழுவில் பணியாற்றினார். கோவையிலிருந்து

1980களில் வெளியான 'ஜனரஞ்சனி' வார இதழில், துணை ஆசிரியராகப் பணிபுரிந்தார்.

இவருடைய பாடல்கள் 'அம்மன் கோவில் அம்மா', 'அங்காள பரமேஸ்வரி', 'சிவயோகி' என்ற தலைப்பு களில் மூன்று குறுந்தகடுகளாக வெளிவந்துள்ளன.

கோவை கோனியம்மன், குமாரபாளையம் அங்காள பரமேஸ்வரி, மருதமலை முருகன், பண்ணாரி மாரியம்மன், பூண்டி வெள்ளிங்கிரியாண்டவர், தங்க நாயகியம்மன், குருவாயூரப்பன், சீரடி சாயிபாபா, பொன்னாச்சி அம்மன் போன்ற தெய்வங்களின் மீது நூற்றுக்கும் மேற்பட்ட பாடல்களை எழுதியுள்ளார்.

விருதுகள்

- அகிலன் நாவல் போட்டிப் பரிசு 'மானவாரி மனிதர்கள்' (நாவல்)
- இலக்கிய சிந்தனையின் சிறந்த நாவலுக்கான விருது 'மானவாரி மனிதர்கள்' (நாவல்)
- இலக்கிய வீதி விருது
- தமிழ்நாடு கலை இலக்கியப் பெருமன்ற விருது
- அழகிய நாயகி அம்மாள் விருது
- வில்லி தேவ சிகாமணி அறக்கட்டளை விருது
- பாரதியார்பல்கலைக்கழகத்தமிழ்ச்சான்றோர்விருது
- உடுமலை இலக்கியப் பேரவை விருது
- கொங்குச் சாதனையாளர் விருது
- தமிழ்ப் பண்பாட்டு மையம் விருது

'சூரியகாந்தன் நாவல்களில் நாட்டுப்புறவில் கூறுகள்' என்ற தலைப்பில், ஆய்வாளர் ம. ராஜாத்தி செல்வக்கனி, சென்னைப் பல்கலைக்கழகத்தில் முனைவர் பட்ட ஆய்வு செய்துள்ளார். 'சூரிய காந்தன் படைப்பிலக்கியத் திறனாய்வுகள்' என்ற தலைப்பில் இவரைப் பற்றிய ஆய்வு நூல்கள் இரண்டு பாகங்களாக

வெளிவந்துள்ளன. நியூ செஞ்சுரி புத்தக நிறுவனம் அவற்றை வெளியிட்டது.

சூர்யகாந்தனின் புதினங்களில் மக்கள் வாழ்வியல்

சூர்யகாந்தனின் நாவல்களில் கொங்குமரபும், வாழ்வும்

சூர்யகாந்தனின் புதினங்கள்

சூர்யகாந்தனின் நாவல்களில் குடும்பமும், சமூகமும்

சூர்யகாந்தனின் புதினங்களில் சமுதாயப்பார்வை

சூர்யகாந்தன் நாவல்களில் மண்ணின்மணம்

படைப்புக் கலைஞர் சூர்யகாந்தன்

போன்றதலைப்புகளில் இவரைப்பற்றிய ஆய்வுநூல்கள், கட்டுரைகள் வெளியாகியுள்ளன.

சூரியகாந்தன் கொங்கு வட்டார வேளாண்மைப் பண்பாட்டை எழுதிய படைப்பாளி. இயல்புவாதத் தன்மையுடன், வாழ்க்கையிலிருந்து பெற்ற தரவுகளைக்கொண்டு கதைசொல்லும் படைப்புகள் இவருடையவை. கொங்குபகுதி விவசாய வாழ்க்கையின் ஆவணங்கள் என இவை கருதப்படுகின்றன.

கவிதைத் தொகுப்புகள்

சிவப்புநிலா
இவர்கள் காத்திருக்கிறார்கள்
வீரவம்சம்

சிறுகதைத் தொகுப்புகள்

இனிப்பொறுப்பதில்லை
தோட்டத்தில் ஒரு வீடு
விடுதலைக் கிளிகள்
உறவுச் சிறகுகள்
பால் மனது
மண்ணின் மடியில்

வேட்கை
ரத்தப்பொழுதுகள்
முத்துக்கள் பத்து
பயணங்கள்
ஒரு தொழிலாளியின் டைரி
முத்துக்கள் பத்து (தேர்ந்தெடுத்த சிறுகதைகள்)

நாவல்கள்
அம்மன் பூவோடு
பூர்வீக பூமி
கிழக்குவானம்
கல்வாழை
அழியாச்சுவடு
எதிரெதிர் கோணங்கள்
ஒரு வயல்வெளியின் கதை
மானாவாரி மனிதர்கள்
முள்மலர்வேலி
விதைச் சோளம்
பிரதிபிம்பங்கள்
விடிவெள்ளி
நொய்யலாற்றங் கரையினிலே
புலரும் பொழுது

கட்டுரை நூல்கள்
பக்தி வரலாற்றில் கோவை மண்டலக் கோவில்கள்
விருட்சமும் விழுதுகளும்
ஏர் முனைக்கு நேர்
பொங்கும் பூம்புனல்
தமிழ் நாவல்களில் கிராம சமுதாயம்

தாய் பிரபு
வாழ்க்கை குறிப்பு

இயற்பெயர் ராமதாஸ் பிரபாகரன். கவிஞர் மீரா பிறந்த சிவகங்கையில் பிறந்தவர். இவருடன் பிறந்த சகோதரர்தான் 'புதுக்கவிதை ஒரு புதுப் பார்வை' எழுதிய பாலா. வலம்புரி ஜான் விரும்பிச் சேர்த்த பத்திரிக்கையாளர். அரசியல், சினிமா, விளையாட்டு என 'தாய்' இதழில் ஆல்ரவுண்டராக எழுதியவர். விஜயகாந்த், சத்யராஜ் வாழ்க்கை அனுபவங்களை தாய் இதழில் தொடராக எழுதியவர். அதுபோன்று 15க்கும் மேற்பட்ட சிறுகதைகள், இரண்டு தொடர்கதைகள் எழுதினார். தாய் இதழில் 1982 முதல் 1988 வரை முழுநேரப் பணி. அதன்பின்பு பகுதிநேரமாகப் பணியாற்றினார்.

திரைப்படத்துறையில் மக்கள் தொடர்பாளராக 15 படங்கள், இயக்குனர் பி.என். மேனன் உதவி யாளாராகப் பணியாற்றி மலையாளத்தில் 'மாஸ்டர் பிளான்' திரைப்படம் (1990) எடுத்தார். சென்னை தொலைக்காட்சியில் வண்ணநிலவன் எழுதிய கடல்புரத்தில் கோ டைரக்டர் 1991. சில்க் ஸ்மிதாவை வைத்து 'அழகே உன்னை ஆராதிக்கிறேன்' தொலைக்காட்சி படம் (1991), லைட்ஸ் ஆன் சினிமா இதழின் பொறுப்பாசிரியர் (1995), இதயம் பேசுகிறது, பொறுப்பாசிரியர் (1998-2021).

திரைப்படத் துறையில் ஈடுபட்டபடியே பத்திரிகை களில் குங்குமம், வண்ணத்திரை, சினிமா எக்ஸ்பிரஸ்,

ராணி, இதயம் பேசுகிறது இதழ்களில் தொடர்ந்து எழுதினார். வீரம் விளைந்த நிலம் 2007, மாமன்னன் பூலித்தேவன் 2020 குறும்படங்களை இயக்கியவர். மதுரை சதங்கை கலை தொடர்பகத்தில் பணியாற்றும் போது 'கலை மதுரை' இதழின் ஆசிரியர் (1980). இதன் முதல் இதழை வெளியிட்டவர் எழுத்தாளர் நா. பார்த்த சாரதி. இதன்பிறகு இவர் உன்னதம் இதழை (1980) ஆசிரியராக இருந்து நடத்தவும் செய்தார். இதில் இவர் சிவாஜிகணேசனை சந்தித்து எடுத்த பேட்டிதான் இவரை சென்னைக்கு வரவழைத்தது. பத்திரிக்கையாளர் நவீனன் தான் இதற்கு விதை போட்டது.

ஓவியர் கங்கன்
வாழ்க்கை குறிப்பு

தாய் இதழ் வடிவமைப்பாளர். 4 சிறு கதைகள் எழுதி உள்ளார். கவிதைகள் சில அவ்வப்போது எழுதுவார். தாய் இதழில் "வழியில்" என்ற சிறுகதை இது இவரது முதல் கதை எனக் குறிப்பிட்டு பிரசுரமானது.

ஓவியம், சிற்பம், ஆலயங்கள், வடிவமைப்பு என இன்றைய பணி.. இயற்பெயர் கனகராஜ்.

குடந்தை கீதப்பிரியன் வாழ்க்கை குறிப்பு

காவிரிக் கரை தந்த பத்திரிக்கையாளர். தாய் வார இதழில் பணியாற்றுவதற்குமுன் சாவி நடத்திய சுஜாதா இதழில் பணியாற்றினார். வானொலி நிகழ்ச்சி களை உருவாக்கியதில் முன்னணியில் இருந்தார். எண்பதுகளில் இளைய பாரதம் நிகழ்ச்சிக்கு இவரது உழைப்பு அதிகம். வானொலி நிகழ்ச்சிகள் தயாரித்த படியே தாய் இதழில் வர்த்தமானன் என்ற பெயரில் நிறைய எழுதினார். வலம்புரி ஜான், பாப்பா மஞ்சரி, மெட்டி இதழ்களை உருவாக்கும் போது இவர்தான் அதற்கு பொறுப்பாசிரியர். தாய் இதழின் கடைசி ஆறு ஆண்டுகள் இதழை முழுமையாக பொறுப்பேற்று நடத்தியவர். 1991க்கு பிறகு சுபமங்களா இதழின் பொறுப்பாசிரியர். அதன் பிறகு தினத்தந்தி சண்முகநாதன் நடத்திய மனோரஞ்சிதம் இதழின் பொறுப்பாசிரியர். சென்னை பத்திரிகையாளர் சங்க செயலாளராக நீண்ட நாள் பொறுப்பு வகித்தார்.

முழுமையாக இதழ்களை உருவாக்குவதில் சாமர்த்தியசாலி. இதனால் காஞ்சி சங்கர மடம் சார்ந்த பல புத்தகங்கள் இவரது உழைப்பால் வெளிவந்தது. இவரது மனைவி சுதா பள்ளி ஆசிரியை. மகன் சாய் மின்னணு துறையில் இன்று வளர்ந்து வருகிறார். எண்பதுகளில் துவங்கி இன்று வரை

வளர்ந்த அனைத்து எழுத்தாளர்கள் பத்திரிக்கை யாளர்கள் அனைவருக்கும் தெரிந்த பெயர் குடந்தை கீதப்பிரியன்.

ஸ்ரீராம் நிறுவனங்களின் தலைவர் திரு. ஆர்.தியாக ராஜன் தலைமையில் திரு. குடந்தை கீதப்பிரியன் தொகுத்த "சுபமங்களா - ஒரு இலக்கியப் பெட்டகம்" என்னும் மலரை அந்நாள் சட்டமன்ற பேரவைத் தலைவர் திரு பி.டி.ஆர். பழனிவேல் ராஜன் அவர்களால் வெளியிடப்பட்டது.

சுரதா கல்லாடன் வாழ்க்கை குறிப்பு

உவமைக் கவிஞர் சுரதாவின் மகன்தான் சுரதா கல்லாடன். சுரதா விரும்பிப்படித்த நூல்களில் ஒன்று கல்லாடம் என்பதால் தனது மகனுக்கு அந்தப் பெயர் சூட்டினார். பதிப்புத்துறையிலும் ஈடுபாட்டோடு செயல்பட்டார். பாவேந்தர் பாடல்களின் முழுத் தொகுப்பு, கனவில் சாம்பல் ஆகிய நூல்களை எழுதியுள்ளார். இவரின் முயற்சியால் தந்தை எழுதிய தேன்மழை என்னும் நூலின் 100வது பதிப்பை மகன் திருமணத்தின்போது வெளியிட்டார். இவரது மனைவி ராஜேஸ்வரி. இவருக்கு இளங்கோவன், இளஞ்செழியன் என இரண்டு மகன்கள் உள்ளனர்.

வேதாரண்யம் ஜெய்மோகன் வாழ்க்கை குறிப்பு

'தாய்' வார இதழில் முதன்மை புகைப்படக்காரர். வேதாரண்யம் சொந்த ஊர். இயற்பெயர் விஜய்மோகன், ஜெய்சங்கர் ரசிகன் என்பதால் ஜெய்மோகன் என பெயர் வைத்துக்கொண்டார். 'தாய்' இதழுக்கு வருவதற்கு முன்பு நீரோட்டம் அடியார் நடத்திய இதழ்கள் மற்றும் இதயம் பேசுகிறது இதழில் பணியாற்றினார்.

அவரே சைக்கிள் ஓட்ட அதன் பின் அமர்ந்து பலரையும் நாங்கள் பேட்டி எடுத்திருக்கிறோம். வானொலியில் நேயர் விருப்பம் பாடல்களை கேட்பதில் ஜெய்மோகனுக்கு தனி ஆர்வம். வானொலியில் வேதாரண்யம் ஜெய்மோகன் பெயர் ஒலிக்காத நாளே இல்லை. எப்போதும் கையடக்க டிரான்ஸ்சிஸ்டரில் பாடல் கேட்டுக்கொண்டே பணியாற்றுவார். 1991க்கு முன்பு போயஸ்கார்டனில் ஜெயலலிதா வீட்டில் அவரின் பிரத்யேக புகைப்படக் காரராக இருந்தார்.

ஜெய்மோகன் கறுப்பு-வெள்ளை படங்களை எடுப்ப தோடு அதனை பிராசஸ் செய்து உடனே பிரிண்ட் போட்டுத் தருவார். ஜெயலலிதா அவர்களுக்கு ஜெய்மோகன் மீது தனிப்பட்ட பாசம். போயஸ்கார்டன் வீட்டிலேயே புகைப்படங்கள் போட தனி பிராசஸிங் அமைத்துக் கொடுத்தார். தற்போது அவர் திருவாரூரில் போட்டோ ஸ்டியோ நடத்தி வருகிறார். எம்.ஜி.ஆர்., சிவாஜி, ஜெயலலிதா என அனைவரையும் தனது கேமராவிற்குள் களவாடிய கலைஞன் ஜெய்மோகன்.

தராசு ஷ்யாம் வாழ்க்கை குறிப்பு

'தாய்' வார இதழ் வண்ணமயமான அச்சில் வர காரணமானவர். மூத்த பத்திரிகையாளர். வேளாண்மை பட்டதாரி. அரசு பணியில் சேர்ந்து, ஊடகத் துறையில் தன்னை நிலைநிறுத்திக் கொண்டவர். எம்.ஜி.ஆர்,கருணாநிதி, ஜெயலலிதா என்று மூன்று முதல்வர்களோடும் பழகியவர். தேர்தல் கருத்துக்கணிப்பை தமிழ் பத்திரிகை உலகில் அறிமுகம் செய்தவர். தராசு மக்கள் மன்றம் என்று அரசியல் கட்சிகளுக்கே சவால் விடும் வகையில் 90 களில் தமிழ்நாட்டில் வலம் வந்தவர். புதிதாகவரும் தொழில்நுட்பங்களில் தன்னை இணைத்துக் கொள்ளும் எழுபதைத் தொடும் இளைஞர்.

இயக்குனர் ஜெயபாரதிக்கு திரைச்சுவையில் பணி தந்து பின் அவரை வைத்து நின்றுபோன தேநீர் படத்தை மீண்டும் துவக்கி தயாரித்து 'ஊமை ஜனங்கள்' என்று பெயரிட்டு வெளியீடு செய்தவர்.

பாபநாசம் குறள்பித்தன் வாழ்க்கை குறிப்பு

இவருக்கு தமிழின் மீது தீராத காதல் கொண்டவர். கரந்தை தமிழ்க் கல்லூரியில் தமிழ் பயின்றார்.

தாய் உட்பட சில இதழ்களில் ஆசிரியர் குழுவில் பணியாற்றினார். அதோடு நூற்றுக்கும் மேற்பட்ட புத்தகங்களை எழுதினார். குறிப்பாக குழந்தைகளக்கான புத்தகங்களே அதிகம்.

நல்வழி காட்டும் இனிய கதைகள், சிறுவர் நகைச் சுவை நாடகங்கள், உலகம் முன்னேற வழிகாட்டிய முதல் சம்பவங்கள் இப்படியான புத்தகங்கள் பிரபலமானவை. அவரது நூல்கள் அவரின் மறைவுக்கு பின்பு தமிழக அரசால் நாட்டுமையாக்கப்பட்டது என்பது குறிப்பிடத்தக்கது.

அவரது புத்தகங்கள் ஒவ்வொன்றும் வாழ்க்கை பாடம் என்று சொல்வோர் உண்டு.

நாகை தர்மன் வாழ்க்கை குறிப்பு

'புரட்சித்தலைவர்' எம்.ஜி.ஆரின் அன்புக்குரியவர்களில் ஒருவராக இருந்த மூத்த பத்திரிகையாளரான திரு. நாகை தருமன் சிறந்த எழுத்தாற்றல் கொண்ட இவரை தனது அண்ணா, தாய் இதழ்களில் எம்.ஜி.ஆர். பயன்படுத்திக்கொண்டார். 'நவமணி' நாளிதழ் மற்றும் பொம்மை, பேசும் படம், சினிமா எக்ஸ்பிரஸ்... ஆகிய வார, மாத இதழ்களில் எழுதியவர் நாகை தருமன்.

பின்னாளில் 'இதயக்கனி' யில் இவரது கட்டுரைகள் தொடர்ந்து வெளிவந்தன.

'இதயக்கனி' படத்திற்கு வசனம் எழுதிய ஜெகதீசனின் படங்களில் மக்கள் தொடர்பிலும் இருந்தவர் திரு. நாகை தருமன்.

சிவாஜி நடித்த 'துணை' படத்திற்கு எம்.ஜி.ஆர். ஆசியுடன் கதை எழுதியுள்ளார். இவர் எம்.ஜி.ஆர். பற்றி வெளியிட்ட நூல்களில் "சந்திரனைப் போற்றும் நட்சத்திரங்கள்" குறிப்பிடத்தக்கது.

இவ்வாறான பெருமைகளுக்குரிய திரு.நாகை தருமனை, 'சினிமா பத்திரிகையாளர் சங்கம்' ஐந்து சீனியர் பத்திரிகையாளர்களில் ஒருவராக தனது அறுபதாம் ஆண்டு விழாவில் ஐந்து ஆண்டுகளுக்கு முன் தேர்ந்தெடுத்து, அன்றைய சினிமா பத்திரிகையளர் சங்கத் தலைவர் அமரர் திரு.மேஜர் தாசன் தலைமையில் பாராட்டு விழா நடத்தி கௌரவித்தது. அவ்விழாவில்

கௌரவிக்கப்பட்ட திரு.நாகை தருமன் உள்ளிட்ட ஐந்து சீனியர் பத்திரிகையாளர்களுக்கும், நடிகர் பத்மஸ்ரீ திரு.கமல்ஹாசன் தலா 1லட்ச ரூபாயும், நடிகரும் நடன இயக்குனரும் , இயக்குனருமான திரு. ராகவேந்திரா லாரன்ஸ் தலா 50ஆயிரம் ரூபாய் எனவும் ஐந்து பத்திரிகையாளர்களுக்கும் தலா ஒன்றரை லட்ச ரூபாய் நன்கொடையாக விழா மேடையிலேயே வழங்கினர்.

பொன் ஜெயந்தன் வாழ்க்கை குறிப்பு

திருச்செந்தூர் அருகே பிறந்தவர். தாய் வார இதழில் பிரதான துணை ஆசிரியர். பொதுவாக அதிர்ந்து பேசமாட்டார். சில்க்கின் மறுபக்கம் என்று இவர் சில்க் ஸ்சுமிதா பற்றி தாய் இதழில் எழுதிய தொடர் பரவலாக பேசப்பட்டது. தாய் இதழில் ஐந்து ஆண்டுகள் பணியாற்றி வெளியேறினார். எஸ்.டி.எஸ். ஆதரவாக இதழ் ஆரம்பித்தார். பிறகு ராகம் தாளம் பல்லவி வார இதழ் ஆசிரியராக இருந்தார். ஜெயலலிதா ஆதரவு இதழாக சில வாரங்களே நடத்தினார். அச்சுப்பணியில் ஆர்வம் உள்ளவர். கணிணி அச்சு வந்தபோது கணிணி குறித்த பாடங்களை நடத்தும் ஆசிரியராக பள்ளிக்கூடங்களில் பணியாற்றினார். இறுதி நாட்களில் தனியாக கணிணி வழி இதழ் தயாரிப்பில் ஈடுபட்டார்.

ராபின் டேனியல்
வாழ்க்கை குறிப்பு

தாய் வார இதழ் அட்டை வடிவமைப்பில் ஆர்வம். தராசு ஷ்யாம் உடன் இணைந்து செயல்பட்டவர் ராபின் டேனியல். கவித்யுகா பிராசஸ் என்ற பெயரில் சிவகாசியில் அட்டை அச்சிட்டு வழங்கியதில் இவரது பணி அதிகம்.

அச்சுப்பணியில் நீண்ட நாள் அனுபவம். வலம்புரி ஜான் 'ராஜரிஷி' நடத்தியபோது பதிப்பாளர். இன்று வரை மாத இதழ் நடத்துவது மட்டுமே இவருக்கு பிராதான பணி.

ராசி அழகப்பன் வாழ்க்கை குறிப்பு

சி. அழகப்பன் (பிறப்பு: 12 மார்ச் 1959) ராசி அழகப்பன் இந்தியத் திரைப்படத் துறையில் அழுத்தமான தடம் பதித்த இயக்குநர்களில் ஒருவராக செயல்பட்டு வருகிறார். இவர் சிறுவர்களுக்காக இயக்கிய வண்ணத்துப்பூச்சி என்ற திரைப்படம், தமிழக அரசின் சிறந்த குடும்ப நெறிமுறைகளுக்கான படம் என்ற விருதைப் பெற்றது. தமிழகமெங்கும் பள்ளி, கல்லூரிகளில் இத்திரைப்படம் திரையிடப் பட்டது. பல கவிதைகள், கட்டுரைகள் மற்றும் சிறுகதை களையும் எழுதியுள்ளார். தாய் வார இதழின் துணை ஆசிரியராகவும், மய்யம் மாத இதழின் ஆசிரியராகவும் பணியாற்றியுள்ளார்.

அன்னம் விருது, பாரத மாநில வங்கி இலக்கிய விருது, தினமணி, ஆனந்த விகடன், அரும்பு பத்திரிகைகளின் சார்பாக சிறந்த கதைகளுக்கான பரிசு மற்றும் தமிழக அரசு தமிழ் வளர்ச்சித் துறையின் சிறந்த நூல் விருதைப் பெற்றுள்ளார்.

பள்ளிக் காலங்களில் உவமைக் கவிஞர் சுரதா கரங்களால் கவிதைக்கான பரிசு பெற்ற இவர், கல்லூரிக் காலத்தில் கலைஞர் மு.கருணாநிதி அவர்களிடம் கவிதைக்கான பரிசையும் பெற்றுள்ளார். வலம்புரிஜான் அவர்கள் இவரை தமிழ் வாழ வைக்காவிட்டாலும், இவன் தமிழை வாழ வைக்காமல் விடமாட்டான். இந்த கோபகார எழுத்தாளனின் ஆறாவது விரலை முத்தமிடுகிறேன் என்று தனது நூலில் குறிப்பிட்டுள்ளார். குறுந்தகட்டில் வெளியான பாரதிதாசன் வாழ்வும்,

படைப்பும் என்ற ஆங்கில காணொளிக்கும், சில திரைப்படங்களுக்கும் பாடல்கள் எழுதியுள்ளார் என்பது குறிப்பிடத்தக்கது.

ராசி அழகப்பன் திருவண்ணாமலை மாவட்டம் ராயம்பேட்டை என்னும் சிற்றூரில் 1959இல் பிறந்தார். சொந்தத் தொழில் கைத்தறி நெசவு. பள்ளிப் படிப்பு வேட்டவலம் அரசு உயர் நிலைப்பள்ளியிலும், புகுமுக வகுப்பு கலைஞர் கருணாநிதி கலைக் கல்லூரி திருவண்ணாமலையிலும, மாநிலக் கல்லூரி சென்னையில் இளங்கலை தமிழ் இலக்கியமும், மதுரை காமராஜர் பல்கலைக் கழகத்தில் முதுகலை பொது நிர்வாகமும் படித்துள்ளார். தமது 15வது வயதில் முதல் கவிதை எழுதினார்.

1979இல் தேன் மழை மாணவர் இதழில் துணை ஆசிரியராகப் பணியாற்றினார்.

1981இல் தாய் வார இதழில் ஐந்தாண்டுகள் துணை ஆசிரியராகப் பணியாற்றினார். அப்போது நாடாளுமன்ற உறுப்பினர் வலம்புரிஜான் ஆசிரியராக இருந்தார்.

பிறகு கல்கி, ஆனந்த விகடன், அரும்பு, தாமரை, செம்மலர் உள்ளிட்ட இதழ்களில் எழுதினார்.

கலை இலக்கிய மேடைகள் மற்றும் கல்லூரி மேடைகள் வழியாக இவருக்கு குடிசை ஜெயபாரதி, பாலு ஆனந்த் மற்றும் பரிக்ஷா ஞானியுடன் தொடர்புகள் ஏற்பட்டது.

பிறகு கமலஹாசன் நடத்திய மய்யம் இதழில் துணை ஆசிரியராகத் துவங்கி பின்னர் ஆசிரியராக பணியாற்றினார்.

அபூர்வ சகோதரர்கள் படத்தில் துணை இயக்குநராக பணியாற்றினார்.

தொடர்ந்து மைக்கேல் மதன காமராஜன், குணா, மகளிர் மட்டும், தேவர் மகன் மற்றும் விருமாண்டி போன்ற படங்களில் பணி செய்தார்.

ஆர்.கே.செல்வமணி இயக்கிய மக்களாட்சி படத்திலும் உதவி இயக்குனராக பங்குபெற்றார்.

பின்னர் மிஸ்டர் தேவராஜ், வண்ணத்துப்பூச்சி மற்றும் குகன் போன்ற படங்களை இயக்கினார்.

இவரது சைக்கிள் சிறுகதையே குரங்கு பெடல் படமாக மாறியது.

விருதுகள்

சிறந்த குடும்ப நெறிமுறைகளுக்கான படம், வண்ணத்துப்பூச்சி தமிழக அரசு விருது (2009)

ராசி அழகப்பன் புதுக்கவிதை நூலுக்கு தமிழக அரசின் சிறந்த நூலாசிரியர் விருது

அன்னம் விருது (இலக்கிய வீதி)

ஸ்டேட் பேங்க் ஆஃப் இந்தியா இலக்கிய விருது

கவிதை உறவு இலக்கிய விருது

நெய்வேலி தினமணி நடத்திய சிறுகதை போட்டியில் பரிசு

ஆனந்த விகடன் முத்திரைக் கதை

சமூகப் பங்களிப்பு

ராசி அழகப்பன் பார்வை என்ற யுடியூப் சேனல் நடத்தி வருகிறார்.

அரசியல் மற்றும் சமூகப் பிரச்சனைகள் தொடர்பாக முன்னணி தொலைக்காட்சி உரையாடல்களில் பங்கேற்று பேசி வருகிறார்.

அலுவலகப் பணியாளர்களுக்கு நேரம் மற்றும் ஒழுங்கு மேலாண்மைக்காக பயிற்சிகள் வழங்குகிறார்.

இலக்கிய மேடைகள் மற்றும் இணைய நேரலைகளில் கலை இலக்கியம் தொடர்பாக உரையாற்றுகிறார்.

அவ்வப்போது தொலைக்காட்சிகள் நடத்தும் பட்டிமன்றங்களிலும் கலந்து கொள்கிறார்.

திரைப் பாடல்கள்

1996: மிஸ்டர் தேவராஜ் மனசுக்குள்ளே பாடியவர்கள் உன்னி கிருஷ்ணன், சித்ரா இசை தேவா

2009: வண்ணத்துப்பூச்சி மழை வரும் பாடியவர் கிருஷ்ண ராஜு இசை ரேஹான்

2009: வண்ணத்துப்பூச்சி – ஒரே ஒரு கிராமத்திலே பாடியவர் பத்மப் பிரியா இசை ரேஹான்

2009: வண்ணத்துப்பூச்சி யாருக்குள்யாரோ பாடியவர் பிரசன்னா இசை ரேஹான்

2016: குகன் முதல் முறை பாடியவர்கள் கல்யாண், அம்ருதா இசை குரு கல்யாண்

2016: குகன் வாடா பாடியவர்கள் அனந்து, பிரபா ஐயர் இசை குரு கல்யாண்

2016: குகன் தாயோ சேயா பாடியவர் ஜெய ஸ்ரீ இசை குரு கல்யாண்

2005: கேட்டவரெல்லாம் பாடலாம் பார்வையினாலே கொல்லும் பாடியவர்கள் ராஜலஷ்மி, கார்த்திக் இசை ஆர்.டி.பர்மன்

2005: கேட்டவரெல்லாம் பாடலாம் ஓ சிநேகிதி பாடியவர் ஹரிஷ் ராகவேந்திரா இசை ஆர்.டி.பர்மன்

2005: கேட்டவரெல்லாம் பாடலாம் வாடா என் நண்பா பாடியவர் ஸ்ரீனிவாஸ் இசை ஆர்.டி.பர்மன்

கவிதை நூல்கள்

1980: கை குலுக்கிக்கொள்ளும் காதல்
1983: குழல் தேடும் மலர்
1985: வசந்தநினைவுகள்
1994: புல்வெளிப்பாதை
1991: இப்படித்தான் காதல்
2004: உயிர்க்காற்று

2005: அழகான பூக்களுக்கு
2006: ம் காதல் மொழி
2006: மழைத்தேன்
2006: கும்மிருட்டு
2018: தாய் நிலம்
2018: ராசி அழகப்பன் கவிதைகள்
2021: வானவில்லின் 8வது நிறம்
2021: சொல்அறை
2022: மாய்ச்சர் ஆப் மதர் லேண்ட் (ஆங்கிலம்)
2023: புனைவியம்

சிறுகதைகள்

1982: கதவைத் திற காற்று வரட்டும்
1984: கனவுக்கு கால் முளைத்தது
2004: ஆகவே
2006: ஒரு
2008: ராசி அழகப்பன் சிறுகதைகள்
2020: காதைக் கொடு, கதை சொல்கிறேன்
2023: சைக்கிள்

குறு நாவல்

2002: அழகான ராட்சசியே

நாடகம்

2018: பள்ளி மாணவர்களுக்கு 5 நிமிட மேடை நாடகங்கள்

சிறுவர் நாவல்

2020: நகரத்துக்கு வந்த காட்டு ராஜா

கட்டுரைகள்

2000: இன்று முதல் கவலையை மற
2001: எண்ணம் எழுத்து சமூகம்

2003: பிள்ளைகள் விரும்பும் பெற்றோராக
2007: இலக்கை அடைய 50 வழிகள்
2007: வாழ்க்கை வாழ்வதற்கே
2012: வென்றிடப் பிறந்தவள் பெண்
2012: சிறந்த விற்பனையாளராக
2015: வாழும்போதே வளமான வெற்றி
2015: இந்த வாழ்க்கை இனிதாக
2018: கவனிக்க மறந்த காதல்
2021: சந்திப்பில் கிடைத்த சிகரங்கள்
2022: வானுயர்ந்த ஆதுர சாலை (சுற்றுச் சூழல்)
2023: சொல் விருந்து

சினிமா நூல்கள்

2009: வண்ணத்துப்பூச்சி (திரைக்கதை வசனம்)
2022: உலக சினிமா உன்னதப் படைப்புகள்
2023: சார்லி சாப்ளின் முதல் தமிழ் சினிமா வரை

செல்வி ஜெ.ஜெயலலிதா

ராசி அழகப்பன் துணைவியார்
முதுகலைத்தமிழாசிரியர் ப.சண்பகவடிவு

மகன் ராஜா (மென்பொருள் துறை)

து. சரண்யா (மருமகள்)

ரா.தன்யலட்சுமி (பேத்தி)

ரா.கவிநய லட்சுமி (பேத்தி)

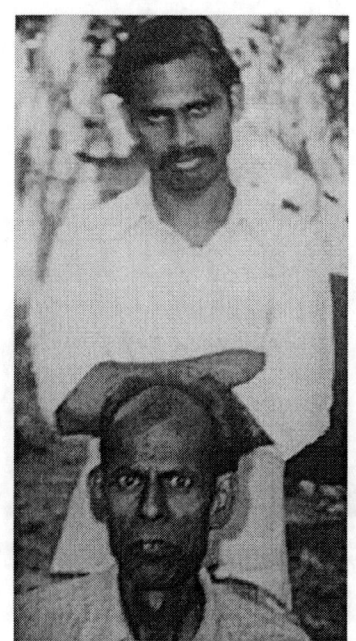

தந்தை சின்னச்சாமியுடன்

உரத்த சிந்தனை உதயம் ராம் அவர்களுடன்...

புதுமனைப் புகுவிழாவின்போது நூல் வெளியிட்டு விழாவில் பேராசிரியர் மு.மேத்தா, மாலன், சக்திவேல், பி.லெனின்

உவமைக் கவிஞர் சுரதா அவர்களின் இல்லத்தில் கல்லாடன், ஜெயக்கிருஷ்ணன் குடும்பத்தினருடன்...

கல்யாண்குமார் எழுதிய நூல் வெளியீட்டு விழாவில்...

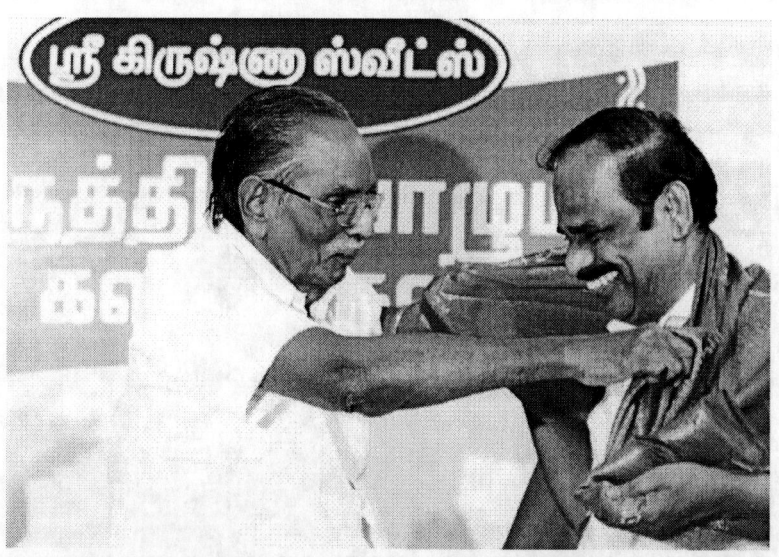

இலக்கிய வீதி இனியவன் அன்னம் விருது அளித்தபோது...

13.11.88
தாய்
விலை
1·50
தீபாவளி
சிறப்பிதழ்

தாய்
5—9—82

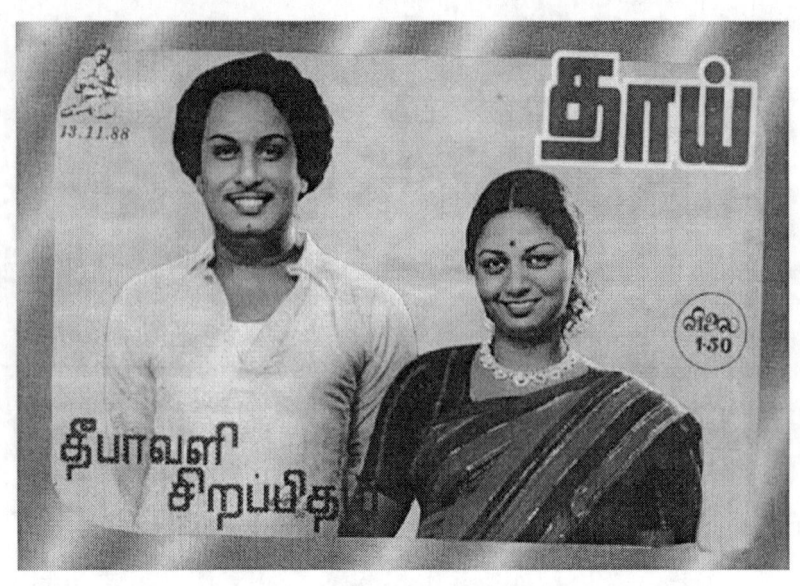

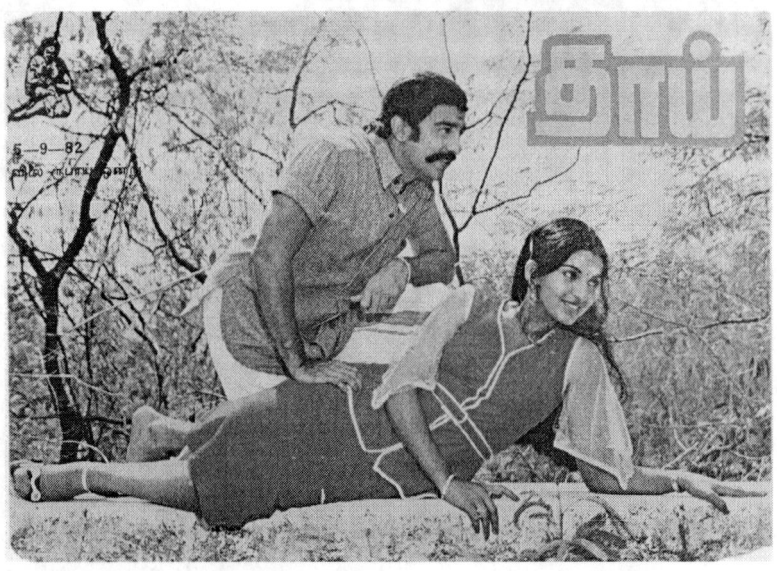